சேரன் செங்குட்டுவன்

ஆசிரியர்

மயிலை **சீனி. வேங்கடசாமி**

பரிசல்

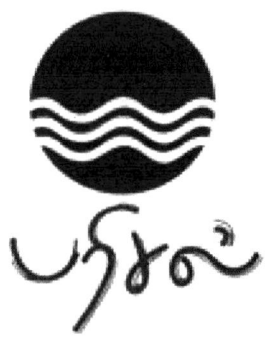

தலைப்பு		**சேரன் செங்குட்டுவன்**
ஆசிரியர்		மயிலை சீனி.வேங்கடசாமி
முதல் பதிப்பு		1966
பரிசல் பதிப்பு		2024
நூல் வடிவம்		1/8 டெமி
பக்கங்கள்		136
வெளியீடு		**பரிசல் புத்தக நிலையம்**
		No.47 B1 பிளாட், தாமோதர் பிளாட், ஐஸ்வர்யா அபார்ட்மென்ட், ஓம் பராசக்தி தெரு, VOC நகர், பம்மல், சென்னை - 600 075 செல்: 9382853646 / 8825767500
மின்னஞ்சல்		parisalbooks@gmail.com
வடிவமைப்பு		இராமசுப்ரமணிய ராஜா, சென்னை-35. Ph:97102 33021
அச்சகம்		கம்ப்யூ பிரிண்டர்ஸ், சென்னை-14
விலை	:	**ரூ.150/-**

TITLE		***CHERAN SENGUTTUVAN***
AUTHOR'S NAME	:	MYLAI SEENI VENKATASAMY
PUBLISHED BY	:	**PARISAL PUTTHAGA NILAYAM**
PUBLISHER'S ADDRESS:		NO.47 B1 FLAT, DHAMODAR FLAT, AISWARYA APARTMENT, OM PARASAKTHI STREET, PAMMAL, CHENNAI - 600075 TAMILNADU
E-MAIL	:	parisalbooks@gmail.com
PRINTER'S DETAILS	:	COMPU PRINTERS, CHENNAI -14
ISBN NO.	:	978-81-19919-51-2
FIRST EDITION	:	1966
PARISAL EDITION	:	2024
PAGES	:	136
RATE	:	**Rs.150/-**

இந்நூல் **சேரன் செங்குட்டுவன்** நீண்ட கட்டுரையாக எழுதப்பெற்று சென்னைப் பல்கலைக் கழகத்தின் சார்பிலான கீழ்த்திசை ஆய்வு அடங்கல் (Annals of Oriental Research) எனும் இதழில் (தொகுதி 21, பகுதி 1) 1966-ஆம் ஆண்டு வெளியிடப்பெற்றது. சென்னைப் பல்கலைக் கழக ஒழுகலாறுகளுக்கேற்ப இதழில் வெளியிடப்பெற்ற இந்தக் கட்டுரைப் பகுதி, தனி நூலாகவும் அமைக்கப் பெற்று விற்பனை செய்யப்பட்டது. பல்கலைக் கழக இதழ் வெளியீடாக வெளியிடப் பெற்ற நூலாக அன்றி, வேறு வகையில் சேரன் செங்குட்டுவன் நூல் வடிவம் பெறவில்லை. மயிலையார் தமது வாழ்நாளிலேயே இதனைப் பதிப்பு முறையிலான தனி நூலாக வெளியிடப் பெரிதும் விழைவு கொண்டிருந்தார். ஆனால், அந்த விழைவு அப்போது நிறைவு பெறும் சூழ்நிலை ஏற்படாமலேயே போய்விட்டது.

சென்னைப் பல்கலைக் கழக வெளியீடாக இந்நூல் வந்திருப்பினும் பெரும்பாலான ஆய்வாளர்களுக்கு எட்டாமல் போய்விட்டது என்ற உண்மையையும் மறுப்பதற்கில்லை. அனைவருக்கும் எட்டக் கூடிய ஒரு ரூபாய் விலையில் இந்நூல் கிடைக்கும் வாய்ப்பிருந்தும் பரவலாக அறியப்படாமல் போய்விட்டது. இதற்கு ஒரு காரணி, பல்கலைக் கழக வெளியீடுகள் அக்கால கட்டத்தில் பொது நூலகங்களிலோ, கல்வி நிறுவன நூலகங்களிலோ இடம் பெறுவதற்கான ஏற்பாடுகள் இல்லாமல் இருந்ததேயாகும். மயிலையாரின் படைப்புக்களுக்கான காப்புரிமை நீக்கப்பட்ட பிறகும் கூட, இந்நூலினை எவரும் முழுமையாக அச்சேற்றவில்லை. அந்த வகையில் சேரன் செங்குட்டுவன் இப்பொழுதுதான் முழுவடிவில் மறுஅச்சுப் பெறுகிறது என்று கூறலாம்.

நன்றி: மக்கள் வெளியீடு மே.து.ராசுகுமார்

பொருளடக்கம்

1. சங்க காலச் சூழ்நிலை 5
2. சங்க காலத்துச் சேர அரசர் 9
3. சேரன் செங்குட்டுவன் 28
4. செங்குட்டுவன் ஆட்சி 46
5. செங்குட்டுவன் வாழ்க்கை 50
6. செங்குட்டுவன் காலம் 53
7. இமயவரம்பன் - வானவரம்பன் 94
8. இரு பெருங் காவியங்கள் 100
9. இலக்கிய நூல்கள் 124
10. வஞ்சிமாநகரம் (கருவூர்) 126

பிற்சேர்க்கை

மோரியர் மோகூருக்கு வந்தனரா? 129

சேரன் செங்குட்டுவன்

1. சங்க காலச் சூழ்நிலை

சேரன் செங்குட்டுவனுடைய வரலாற்றை ஆராய்கிறபோது அவ்வரசன் வாழ்ந்திருந்த காலநிலை, சூழ்நிலை முதலியவைகளை அறிய வேண்டியது அவசியமாகும். செங்குட்டுவனுடைய வரலாற்றுக் குறிப்புகள் சங்க நூல்களிலேதான் காணப்படுகின்றன. ஆகவே, அவன் சங்க காலத்தில் - கடைச் சங்க காலத்தில் - வாழ்ந்திருந்தான் என்பது தெரிகின்றது. அவன் கி.பி. இரண்டாம் நூற்றாண்டின் பிற்பகுதியில் வாழ்ந்திருந்தான். அக்காலத்து அரசியல் சூழ்நிலை சங்க நூல்களிலிருந்து தெரிகின்றது.

அக்காலத்து தமிழகத்தைச் சேர, சோழ, பாண்டியர் ஆகிய மூவேந்தர் ஆட்சி செய்திருந்தார்கள். அக்காலத்தில் சேரநாடு தமிழ்நாடாக இருந்தது. மூவேந்தருக்குக் கீழடங்கி, குறுநில மன்னர்களாகிய சிற்றரசர்கள் பலர் இருந்தனர். அவர்களுக்கு அக்காலத்தில் வேளிர் அல்லது வேளரசர் என்பது பெயர். அக்காலத்தில் தமிழகம் சோழ நாடு, பாண்டிய நாடு, சேர நாடு, துளு நாடு (கொங்கண நாடு), தொண்டை நாடு (அருவா நாடு) கொங்கு நாடு என்று ஆறு பிரிவுகளாகப் பிரிந்திருந்தது. சேர, சோழ, பாண்டி நாடுகளை முடியுடைய பேரரசர் மூவர் அரசாண்டனர். கொங்காண நாடாகிய துளு நாட்டை நன்னர் என்னும் பெயருடைய வேளிர் அரசாண்டனர். கொங்கு நாட்டுக்கும் தொண்டை நாட்டுக்கும் பேரரசர் (முடிமன்னர்) அக்காலத்தில் இல்லை. கொங்கு நாட்டையும் தொண்டை நாட்டையும் குறுநில மன்னர்கள் ஆட்சி செய்து கொண்டிருந் தார்கள். கடைச் சங்க காலத்தின் இறுதியில் (கி.பி. 2ஆம் நூற்றாண்டின் மத்தியில் மாறுதல் ஏற்பட்டது.

சோழன் கரிகால் வளவன் தொண்டை நாட்டைக் கைப்பற்றி அதைச் சோழ இராச்சியத்துடன் இணைத்துச் சேர்த்துக் கொண்டான். சேரன் செங்குட்டுவனுடைய தகப்பனான இமயவரம்பன் நெடுஞ்சேரலாதன் காலத்தில் கொங்கு நாட்டின் தெற்குப் பகுதிகள் சில சேர இராச்சியத்துடன் இணைத்துக் கொள்ளப்பட்டன. செங்குட்டுவனின் தமயனான களங்காய்க் கண்ணி நார் முடிச்சேரல் காலத்தில் கொங்கண நாடாகிய துளு நாடு சேரர்

ஆட்சியின் கீழடங்கியது. சேர அரசர்கள் கொங்கு நாட்டைச் சிறிதுசிறிதாகக் கைப்பற்றிக் கொண்டிருந்தபோது, சோழ பாண்டியர் வாளாவிருக்கவில்லை. சோழரும் பாண்டியரும் கொங்கு நாட்டைத் தாங்களும் பிடித்துக் கொள்ள முயற்சி செய்தார்கள். அதனால் சேர சோழ பாண்டியர்களுக்கு அடிக்கடி போர்கள் நிகழ்ந்தன.

சங்க இலக்கியங்களை ஆராய்ந்து பார்க்கிறபோது சோழ அரசர்களைப் பற்றி ஒரு செய்தி தெரிகிறது. சோழ மன்னர் பரம்பரையில் ஒன்பது தாயாதிகள் இருந்தனர். அவர்கள் முடி மன்னனாகிய பெரிய சோழ அரசனுக்குக் கீழடங்கிச் சிற்சில நாடுகளையரசாண்டனர். ஆனால், அவர்கள் அடிக்கடி தங்களுக்குள் சண்டையிட்டுக் கொண்டிருந்தார்கள். சோழ குலத்து அரசர் தங்களுக்குள்ளே போரிட்டுக் கொண்டதைச் சங்க நூல்களில் காண்கிறோம். தாயாதிகள், சமயம் நேர்ந்தபோதெல்லாம் முடியரசனுடன் போர் செய்து கலகம் உண்டாக்கினார்கள். கரிகாற் சோழன் அரசு கட்டில் ஏறினபோது ஒன்பது தாயாதிகள் அவனுக்கு எதிராகக் கலகஞ் செய்து போரிட்டார்கள். அவர்களையெல்லாம் அவன் வென்று அடக்கிய பிறகு முடி சூடினான். கரிகாற் சோழன் இறந்த பிறகு அவன் மகனான கிள்ளி வளவன் சிம்மாசனம் ஏறியபோதும் ஒன்பது தாயாதிகள் கலகஞ் செய்து போரிட்டார்கள். அப்போது, செங்குட்டுவன், சோழரின் உள்நாட்டுப் போரில் தலையிட்டுப் போர் செய்து தன் மைத்துனனான கிள்ளிவளவனைச் சிம்மாசனம் ஏற்றினான். தாயாதிப் போர் ஒருபுறமிருக்க, சோழ, அரசர்களில் அண்ணன் தம்பிகளும் சில வேளைகளில் ஒருவருக்கொருவர் போர் செய்தனர். தகப்பனும் மகனுங்கூடத் தங்களுக்குள் போர் செய்து கொண்டதைச் சங்க இலக்கியங்களில் பார்க்கிறோம்.

ஆனால், சோழர்களுக்கு நேர்மாறாகச் சேர அரசர் தங்களுக்குள் ஒற்றுமையாக இருந்தனர். சேர அரசர்களில் தாயாதி அரசர்கள்கூடச் சண்டையிட்டுக் கொள்ளவில்லை. சேர அரசர் தங்களுக்குள் போர் செய்து கொண்டதைச் சங்க நூல்களில் காணக்கிடைக்கவில்லை. சேர அரசர் ஒற்றுமையாக இருந்த காரணத்தினால்தான் கொங்கு நாட்டையும் துளு நாட்டையும் கைப்பற்ற முடிந்தது.

சோழர் குடியில் ஒன்பது தாயாதிகள் இருந்ததையும் அவர்கள் சோழ நாட்டின் பகுதிகளை (ஒரே சமயத்தில்) முடிபுனைந்த அரசனுக்கு அடங்கி ஆட்சி செய்ததையும் கூறினோம். அது போலவே, சேர அரசர் பரம்பரையில் மூத்த வழியரசர், இளையவழி அரசர் என்று இரு தாயாதிகள் இருந்தனர். இவர்களும் ஒரே காலத்தில் சேர இராச்சியத்தின் வெவ்வேறு பகுதிகளையரசாண்டார்கள். பாண்டியர்களில் மதுரைப் பாண்டியனும் கொற்கைப் பாண்டியனும்

என்று இரண்டு அரசர்கள் ஒரே காலத்தில் அரசாண்டதைச் சங்க நூல்களில் பார்க்கிறோம். பாண்டிய இளவரசன் கொற்கையில் இருந்தான். ஆனால், அவர்களில் ஐந்து கிளையினர் இருந்தனர் என்றும் அவர்கள் வெவ்வேறு இடங்களை அரசாண்டனர் என்றும் அறிகிறோம். அதனால்தான் பாண்டியருக்குப் பஞ்சவர் என்ற பெயரும் இருந்தது.

சங்க காலத்தில் வீரர்களுக்குப் பெருமதிப்பு இருந்தது. வீரச் செயல்கள் புகழ்ந்து போற்றப்பட்டன. வீரர்களின் வீரச் செயல்களைப் புலவர்கள் புகழ்ந்து பாடினார்கள். போரில் இறந்த வீரர்களுக்கு நடுகல் அமைத்துப் போற்றினார்கள். போரும் வீரமும் ஒரு கலையாகவே மதிக்கப்பட்டன. போர்ச் செயலைப் பற்றி இலக்கண நூல்களும் இலக்கிய நூல்களும் தோன்றின. புறப் பொருள் இலக்கியங்கள் பெரிதும் போர்ச் செயலைப் பற்றியே கூறுகின்றன. சங்க காலத்தில் வாழ்க்கையின் குறிக்கோள், காதலும் போருமாக (அகமும் புறமும் ஆக) இருந்தது. சங்க காலத் தமிழகம் வீரர்களைப் போற்றியது; வீரத்துக்கு வந்தனையும் வழிபாடும் செய்தது. வெற்றிக்கும் வீரத்துக்கும் கடவுளாகக் கொற்றவைத் தெய்வம் வழிபடப்பட்டது.

சங்க காலத்தில் போர்க்களஞ் செல்லாத அரசர்கள் வீரர்களாக மதிக்கப்படவில்லை. ஆகவே, அரசர்கள் ஏதோ காரணத்தை முன்னிட்டுப் போர் செய்துகொண்டிருந்தார்கள். சங்க இலக்கியத்தில் போர்ச் செயல்கள் அதிகமாகக் காணப்படுவதற்குக் காரணம் இந்தச் சூழ்நிலைதான். போரில் விழுப்புண்பட்டவன் போற்றிப் புகழப்பட்டான். முதுகில் புறப்புண் படுவது இகழ்ச்சிக் குரியதாக இருந்தது. தப்பித் தவறிப் போர்க்களத்திலே முதுகில் புறப்புண்பட்டால், புண்பட்டவர்கள் பட்டினி கிடந்து உயிர் விட்டார்கள்.

அரசனுடைய படை வீரர்கள் எல்லைப் புறங்களிலே சென்று, அயல்நாட்டு எல்லைப்புற ஊர்களிலிருந்து ஆடு மாடுகளைப் பிடித்துக் கொண்டு போனார்கள். அவர்களைப் பின் தொடர்ந்து வந்து மாற்றரசரின் வீரர்கள் போர் செய்து ஆடு மாடுகளை மீட்டுக் கொண்டு போனார்கள். இவ்விதமாக நிகழ்ந்த போரிலே இறந்த வீரர்களுக்கு நடுகல் நட்டு வீரத்தைப் போற்றினார்கள்.

தம் வாழ்க்கைக் காலத்தில் போரிடாமல், போர்க்களத்தைப் பார்க்காமல், இறந்துபோன அரசர்களைத் தருப்பைப் புல்லின் மேல் கிடத்தி அவர்களின் மார்பை வாளினால் வெட்டிப் புண் உண்டாக்கிப் பிறகு அடக்கம் செய்தனர். இந்த வழக்கம் சங்க காலத் தமிழகத்தில் இருந்ததைக் கூலவாணிகன் சாத்தனாரும் ஔவையாரும் கூறுகின்றனர். உதயகுமரன் என்னும் சோழ அரசகுமரன் இறந்தபோது,

அவன் தாயாகிய இராசமாதேவி துன்பப்பட்டதை யறிந்து வாசந்தவை என்னும் முதியாள் அரசியிடஞ் சென்று ஆறுதல் கூறினாள். அப்போது அவ்வம் மையார்,

> தருப்பையிற் கிடத்தி வாளிற் போழ்ந்து
> செருப்புகல் மன்னர் செல்வழிச் செல்கென
> மூத்துவிளிதல் இக்குடிப் பிறந்தோர்க்கு
> நாப்புடை பெயராது நாணுத்தக வுடைத்து

என்று கூறியதாக மணிமேகலை சிறைவிடுகாதையில் (13-16) கூலவாணிகன் சாத்தனார் இச்செய்தியைக் கூறுகிறார்.

அதிகமான் நெடுமான் அஞ்சி, தன்னுடைய தகடூர்க் கோட்டையை எதிர்த்தப் பகையரசருடன் போர் செய்து விழுப்புண்பட்டு நின்றான். அப்போது அவனுடைய வீரத்தைப் புகழ்ந்து பாடின ஒளவையார், புண்படாமல் இறக்கும் அரசர் வாளினால் வெட்டப்பட்டு அடக்கம் செய்யப்பட்டதைக் கூறுகிறார்.

> அறம்புரி கொள்கை நான்மறை முதல்வர்
> திறம்புரி பசும்புற் பரப்பினர் கிடப்பி
> மறங்கந் தாக நல்லமர் வீழ்ந்த
> நீள்கழல் மறவர் செல்வழிச் செல்கென
> வாள்போழ்ந் தடக்கலும் உய்ந்தனர் மாதோ   (புறம் 93 : 7-11)

என்று ஒளவையார் கூறுகிறார்.

இவ்விதமாக வீரவழிபாடு போற்றப்பட்ட காலத்தில் இருந்த கண்ணகியார், தன் கணவன் கோவலனுக்கு அநீதி செய்த பாண்டியனை அவைக்களத்தில் வழக்காடி வென்று, பாண்டியன் அரண்மனையைத் தீப்பற்றி எரியச் செய்து, பிறகு உண்ணா நோன்பிருந்து உயிர்விட்ட மறக்கற்பைப் போற்றித் தான் அவருக்குப் பத்தினிக் கோட்டம் அமைக்கப்பட்டது.

பண்டைக் காலத்தில் காதலும் வீரமும் போற்றப்பட்டதைச் சரித்திரத்தில் காண்கிறோம். அந்த முறையிலே சங்க காலத் தமிழகத்திலும் காதலும் வீரமும் (அகமும் புறமும்) போற்றப் பட்டன. முக்கியமாக, வீரமும் வெற்றியும் போற்றிப் புகழப் பட்டன, அரசர்களின் வீரத்தைப் புலவர்களும் இசைவாணர்களும் புகழ்ந்து பாடிக்கொண்டிருந்த சூழ்நிலை தமிழகத்திலே இருந்த காலத்திலே சேரன் செங்குட்டுவன் வாழ்ந்திருந்தான். அக்காலத்துச் சூழ்நிலை அவனுடைய வாழ்க்கையை உருவாக்கிற்று. அவன் வரலாற்றை இனி ஆராய்வோம்.

○○○

2. சங்க காலத்துச் சேர அரசர்

கடைச் சங்க காலத்துச் சேர அரசர்களில் பேரும் புகழும் பெற்றவன் சேரன் செங்குட்டுவன். சங்க காலத்துத் தமிழ்நாட்டு வரலாற்றில் செங்குட்டுவனுக்கு முக்கியமான இடம் உண்டு. சிறந்த வீரனாகவும் கொடையாளியாகவும் விளங்கியது மட்டும் அல்லாமல் தமிழ்நாட்டில் பத்தினித் தெய்வ வணக்கத்தை இவன் ஏற்படுத்தினான். மேலும், சங்க காலத்துச் சரித்திர ஆண்டுகளைக் கணக்கிடுவதற்கு இவனுடைய வரலாறு துணையாக நிற்கிறது. செங்குட்டுவனும் அவனுடைய நண்பனான இலங்கையரசன் கஜபாகுவும் சமகாலத்து அரசர் என்பதனாலே இவர்கள் காலத்தை ஆதாரமாகக் கொண்டு சங்க காலத்து வரலாற்றுக் காலங்களைக் கணித்துவிடலாம். சேரன் செங்குட்டுவனும் கஜபாகு அரசனும் கி.பி. இரண்டாம் நூற்றாண்டின் பிற்பகுதியில் இருந்தவர்கள் என்பதைப் பின்னர் விளக்குவோம்.

சேரன் செங்குட்டுவனுடைய வரலாற்றை ஆராய்வதற்கு முன்பு அவனுடைய முன்னோர்களைப் பற்றியும் தெரிந்து கொள்ள வேண்டும். ஏனென்றால், சேரன் செங்குட்டுவன் வீரமும் முயற்சியும் ஆள்வினையும் உடைய பேரரசனாக இருந்தாலும், அவன் தானாகவே உயர் நிலையைப் பெறவில்லை. அவனுடைய பாட்டன், தந்தை, சிற்றப்பன், அண்ணன் தம்பியர் முதலிய சுற்றத்தார்களும் சேர இராச்சியத்தை வளர்த்து மேன்மைப்படுத்தியுள்ளனர். செங்குட்டுவனும் இளமைக் காலத்திலிருந்தே தந்தை, தமயன், தம்பி முதலியவர்களுடன் உடனிருந்து உழைத்துச் சேர இராச்சியத்தை வளர்த்திருக்கிறான். செங்குட்டுவன் ஆட்சிக்கு வந்த காலத்தில் சேர நாடு சிறப்புப் பெற்றிருந்ததற்கு இவனுடைய முன்னோரும் காரணமாக இருந்தனர். ஆகவே, செங்குட்டுவன் வரலாற்றைக் கூறும்போது அவனுடைய முன்னோர்களின் வரலாறுகளையும் அறிய வேண்டுவது முறையாகும். சங்க காலத்துச் சேர மன்னர்களின் முறையாக எழுதப்பட்ட வரலாறு கிடையாது, சங்க இலக்கியங்களில் அங்கும் இங்குமாகச் சில வரலாறுகள் சிதறிக் கிடக்கின்றன. பதிற்றுப்பத்து என்னும் தொகை நூலில் எட்டுச் சேர அரசர்களின் வரலாறு கிடைக்கிறது. கிடைத்துள்ள சான்றுகளைக் கொண்டு

செங்குட்டுவன் வரலாற்றையும் அவனுடைய உறவினர் வரலாற்றையும் ஆராய்ந்து காண்போம்.

பாட்டன் (உதியன் சேரல்)

செங்குட்டுவனுடைய பாட்டன் உதியன்சேரல் என்பவன். உதியன் சேரலின்மேல் பாடப்பட்டது பதிற்றுப்பத்து முதலாம் பத்து என்று தெரிகிறது. முதலாம் பத்து இப்போது கிடைக்க வில்லை. ஆகையால் உதியன் சேரலினுடைய முழு வரலாற்றை அறிந்துகொள்ள முடியவில்லை. 'நாடுகண் அகற்றிய உதியஞ் சேரல்' என்று இவனை மாமூலனார் என்னும் புலவர் கூறுகிறார் (அகம் 65 : 5; நாடு கண் அகற்றிய நாட்டை விசாலப்படுத்திய). இதனால் இவன். சுற்றுப்புற நாடுகளை வென்று சேர இராச்சியத்தின் எல்லையை விரிவுபடுத்தினான் என்பது தெரிகிறது.

உதியஞ்சேரலின் அரசியின் பெயர் நல்லினி. நல்லினி, வெளியன் வேண்மான் என்னும் அரசனுடைய மகள். இவர்களுக்கு இரண்டு ஆண் மக்கள் பிறந்தனர். மூத்த மகன் நெடுஞ்சேரலாதன். இவன் இமயவரம்பன் நெடுஞ்சேரலாதன் என்றும் கூறப்படுகிறான் (பதிற்றுப்பத்து 2ஆம் பத்து, பதிகம்). இளையமகன் பெயர் குட்டுவன். இவனைப் பல்யானைச் செல்கெழு குட்டுவன் என்று கூறுவர் (பதிற்றுப்பத்து 3ஆம் பத்து, பதிகம்).

உதியஞ்சேரலும் பெருஞ்சோற்று உதியன் சேரலாதனும் ஒருவரே என்று சிலர் கருதுகின்றனர். வேறு சிலர், இவர்கள் வெவ்வேறு அரசர்கள் என்று கூறுகின்றனர். இந்த ஆராய்ச்சியில் இப்போது நாம் புக வேண்டுவதில்லை.

தாயாதிப் பாட்டன் (அந்துவன்)

சேரன் செங்குட்டுவனுக்குத் தாயாதிப் பாட்டன் ஒருவன் இருந்தான். அவனுக்கு அந்துவன் என்று பெயர். சேர அரசர் பரம்பரையில் இளைய கால்வழியில் வந்தவன் அந்துவன். அந்துவனுக்குப் பொறையன் என்றும் பெயர் உண்டு. அவன், 'ஒருதந்தை' என்னும் அரசனின் மகளைத் திருமணஞ் செய்திருந் தான். அவளுக்குப் 'பொறையன் பெருந்தேவி' என்பது பெயர்.

மடியா உள்ளத்து மாற்றார்ப் பிணித்த
நெடுநுண் கேள்வி யந்துவற் கொருதந்தை
ஈன்றமகள், பொறையன் பெருந்தேவி

(பதிற்றுப்பத்து 7ஆம் பத்து, பதிகம்)

பழைய உரையாசிரியர் 'ஒருதந்தை' என்பதற்கு இவ்வாறு விளக்கங் கூறுகிறார்: "இதன் பதிகத்து 'ஒருதந்தை' என்றது

பொறையன் பெருந்தேவியின் பிதாவுடைய பெயர்" என்று அவர் எழுதுகிறார். அந்துவன் பொறையனுக்கும் பொறையன் பெருந்தேவிக்கும் பிறந்த மகன் செல்வக் கடுங்கோ வாழியாதன் (பதிற்றுப்பத்து 7ஆம் பத்து, பதிகம்).

இந்த அந்துவன்பொறையன், 'மடியா உள்ளத்து மாற்றார்ப் பிணித்தவன்' என்று சொல்லப்படுகிறபடியினாலே, பகையரசருடன் போர் செய்து வென்றவன் என்று தெரிகிறான். எனவே, செங்குட்டுவனுடைய பாட்டனான உதியஞ்சேரலும், தாயாதிப் பாட்டனான அந்துவன் பொறையனும் ஒத்துழைத்துச் சேர நாட்டின் எல்லையை விரிவுபடுத்தினார்கள் என்பது தெரிகிறது.

தந்தை (நெடுஞ்சேரலாதன்)

சேரன் செங்குட்டுவனுடைய பாட்டன் உதியஞ் சேரலுக்கு இரண்டு மக்கள் இருந்தனர் என்றும் அவர்கள் நெடுஞ்சேர லாதன், பல்யானைச் செல்கெழுகுட்டுவன் என்றும் கூறினோம். பாட்டனான உதியஞ்சேரல் எத்தனை ஆண்டு அரசாண்டான் என்பது தெரியவில்லை. அவன் இறந்த பிறகு மூத்த மகனான நெடுஞ்சேரலாதன் சேர நாட்டையரசாண்டான். இவனுக்கு இமயவரம்பன் நெடுஞ்சேரலாதன் என்னும் பெயரும் உண்டு. சேரமான் குடக்கோ நெடுஞ்சேரலாதன் என்றும் இவனைக் கூறுவர். குமட்டூர்க் கண்ணனார் என்னும் புலவர் இவ்வரசன்மீது பதிற்றுப்பத்து இரண்டாம் பத்துப் பாடினார். 2-ஆம் பத்திலிருந்து, இவ்வரசனைப் பற்றிய சிறப்புக்களையும் செய்திகளையும் அறிந்து கொள்கிறோம்.

சேரமான் குடக்கோ நெடுஞ்சேரலாதன் (இமய வரம்பன் நெடுஞ்சேரலாதன்) இரண்டு மனைவியரை மணஞ் செய் திருந்தான். ஒவ்வொரு மனைவிக்கும் இரண்டிரண்டு ஆண் மக்கள் பிறந்தனர். வேள் ஆவிக்கோமான் மகள் பதுமன்தேவி என்னும் மனைவி வயிற்றில் பிறந்தவர் களங்காய்க்கண்ணி நார்முடிச் சேரலும் (4-ஆம் பத்து, பதிகம்) ஆடுகோட்பாட்டுச் சேரலாதனும் (6-ஆம் பத்து, பதிகம்) ஆவர். சோழன் மணக்கிள்ளி மகள் (நற்சோணை) வயிற்றில் கடல் பிறக்கோட்டிய செங்குட்டுவனும் (சேரன் செங்குட்டுவனும்) இளங்கோ அடிகளும் பிறந்தனர் (5-ஆம் பத்து, பதிகம்; சிலம்பு, வரந்தருகாதை 170-183).

இமயவரம்பன் நெடுஞ்சேரலாதனுடைய மனைவியர் இருவரில் ஒருத்தி வேள் ஆவிக்கோமான் பதுமன் தேவி என்று அறிந்தோம். அவளுடைய தங்கையை இமயவரம்பன் நெடுஞ்சேரலாதனின் தாயாதித் தம்பியாகிய செல்வக்கடுங்கோ வாழியாதன் மணஞ் செய்திருந்தான். அவளுக்கும் வேளாவிக் கோமான் பதுமன்தேவி

என்று பெயர் (8-ஆம் பத்து, பதிகம்). எனவே, இமயவரம்பன் நெடுஞ்சேரலாதனும் அவனுடைய தாயாதித் தம்பி செல்வக் கடுங்கோ வாழியாதனும் முறையே தமக்கை தங்கையரைத் திருமணஞ் செய்திருந்தனர் என்பது விளங்குகிறது. செல்வக் கடுங்கோ வாழியாதன் அந்துவன் பொறையனின் மகன் என்பதை முன்னமே கூறினோம்.

இமயவரம்பன் நெடுஞ்சேரலாதன் செய்த போர் நிகழ்ச்சிகளில் குறிப்பிடத்தக்கவை மூன்று. அவை: மேற்கடல் தீவில் இருந்து குறும்பு செய்தவர்களை வென்று அடக்கி அவர்களுடைய கடம்ப மரத்தை வெட்டியது. ஆரிய மன்னரை வென்றது. யவன அரசரை வென்று சிறைப்பிடித்தது. மேலும் இவன், சேர மன்னரின் அடையாளமாகிய வில்லின் அடையாளத்தை இமயமலையின் பாறையில் பொறித்து வைத்தான். இவற்றை விளக்கிக் கூறுவோம்.

1. சேர நாட்டுக்கு வடமேற்கே மேற்கடலில் (அரபிக் கடலில்) துளு நாட்டுக்கு உரியதான ஒரு கடல் துருத்தி (துருத்தி - தீவு) இருந்தது. அந்தத் தீவில் துளு நாட்டு நன்னனுக்கு அடங்கிய குறும்பர் வாழ்ந்து வந்தனர். அவர்கள் தங்கள் காவல் மரமாகக் கடம்ப மரத்தை வளர்த்து வந்தனர். அந்தக் குறும்பர்கள் சேர மன்னருக்கு மாறாக நெடுங்காலமாகக் குறும்பு செய்துகொண் டிருந்தார்கள். வாணிகத்தின் பொருட்டுச் சேர நாட்டுத் துறை முகப் பட்டினங்களுக்கு வந்துகொண்டிருந்த யவனக் கப்பல்களை வராதபடி இவர்கள் இடை மறித்துத் தடுத்துக்கொண்டிருந் தார்கள். இவ்வாறு பல காலமாகக் குறும்பு செய்துகொண்டு வந்தார்கள் என்று தெரிகிறது. கி.பி. 80இல் இருந்த பிளினி (Pliny) என்னும் யவனர் (கிரேக்கர்) தாம் எழுதியுள்ள யவன வாணிகக் குறிப்பிலிருந்து இச்செய்தி தெரிகிறது. சேர நாட்டுக்கு வந்து கொண்டிருந்த யவன வாணிகக் கப்பல்களை இங்கிருந்த கடற்கொள்ளைக்காரர் துன்புறுத்திக் கொள்ளையடித்தனர் என்று அவர் எழுதியுள்ளார்.

இவ்வாறு குறும்பு செய்துகொண்டு சேர நாட்டுக் கப்பல் வாணிகத்தைத் தடைசெய்து கொண்டிருந்த இக்குறும்பர்களை இமயவரம்பன் நெடுஞ்சேரலாதன், தன்னுடைய கடற் சேனையைச் செலுத்தி வென்று அவர்களின் காவல் மரமாக இருந்த கடம்ப மரத்தை வெட்டினான். இச்செய்தியை இவனைப் பாடிய குமட்டூர்க் கண்ணனார் 2ஆம் பத்தில் கூறுகிறார்:

பவர் மொசிந்து ஒல்கிய திரள்பூங் கடம்பின்
கடியுடை முழுமுதல் துமிய ஏஎய்
வென்றெறி முழங்குபனை செய்த வெல்போர்

நாரரி நறவின் ஆர மார்பின்
போரடு தானைச் சேரலாத! (2-ஆம் பத்து 1 : 12-16)

துளங்கு பிசிருடைய மாக்கடல் நீக்கிக்
கடம்பறுத் தியற்றிய வலம்படு வியன்பணை
ஆடுநர் பெயர்த்துவந் தரும்பலி தூஉய்க்
கடிப்புக் கண்ணுறூஉந் தொடித்தோள் இயவ
(2-ஆம் பத்து 7 : 4-7)

இருமுந்நீர்த் துருத்தியுள்
முரணியோர்த் தலைச் சென்று
கடம்புமுதல் தடிந்த கடுஞ்சின முன்பின்
நெடுஞ்சேர லாதன் (2-ஆம் பத்து 10 : 2-5)

நெடுஞ்சேரலாதன் கடம்பறுத்த செய்தியை மாமூலனார் என்னும் புலவரும் கூறுகிறார்.

வலம்படு முரசின் சேரலாதன்
முந்நீர் ஓட்டிக் கடம்பறுத்து (அகம் 127 : 3-4)
சால்பெருந் தானைச் சேரலாதன்
மால்கடல் ஓட்டிக் கடம்பறுத் தியற்றிய
பண்ணமை முரசின் கண்ணதிர்ந் தன்ன
(அகம் 347 : 3-5)

கடல் தீவில் குறும்பு செய்து கொண்டிருந்த கப்பற் கொள்ளைக்காரர்களை வென்றவன் சேரலாதன்தான். ஆனால், அந்தக் கடற்போரை நேரில் சென்று நடத்தியவன் அவன் மகனான செங்குட்டுவனே. இதனைப் பின்னர் விளக்கமாகக் கூறுவோம். செங்குட்டுவன் இளமையிலிருந்தே தன் தந்தை, சிறிய தந்தை, தமயன் முதலியவர்களுடன் சேர்ந்து பகைவருடன் போர் செய்திருக்கிறான்.

2. நெடுஞ்சேரலாதன் மற்றும் பல போர்களைச் செய்து வென்றான் என்று குமட்டூர்க் கண்ணனார் 2ஆம் பத்தில் கூறு கிறார். இப்போர்கள் எங்கெங்கு யாருடன் நிகழ்ந்தன என்பதைக் கூறவில்லை. ஆரிய அரசரை வென்றான் என்பதை, 'பேரிசைமரபின் ஆரியர் வணக்கி' என்னும் பதிகத்தின் அடியினால் அறிகிறோம். தமிழகத்தின் வடக்கிலிருந்த கன்னடத்தாரையும் தெலுங்கரையும் வடவர் அல்லது வடுகர் என்றும் அவர்களுக்கப்பால் வடக்கே இருந்தவர்களை ஆரியர் என்றும் கூறுவது சங்க காலத்து மரபு. நெடுஞ்சேரலாதன் 'ஆரியரை வணக்கினான்' என்று கூறப்படு வதால், தக்காண தேசத்துக்கப்பால் இருந்த ஆரிய அரசருடன்

போர் செய்து வென்றான் என்று அறிகிறோம். அவன் காலத்தில் தக்கண தேசத்தைச் சதகர்ணி (நூற்றுவர் கன்னர்) அரச பரம்பரையார் அரசாண்டார்கள். தக்கானத்துச் சதகர்ணியரசர்களுக்கும் சேர நாட்டுச் சேர மன்னர்களுக்கும் நெடுங்காலமாக நட்புறவு இருந்திருக்கிறது. சதகர்ணியரசன் வடநாட்டு ஆரிய அரசருடன் போர் செய்தபோது அப்போரில் அவனுக்குத் துணையாக இச்சேரன் சென்று போரை வென்றிருக்கக் கூடும் என்று தோன்றுகிறது. எனவே, நெடுஞ்சேரலாதன் ஆரிய அரசருடன் செய்த போர் சதகர்ணியரசருக்குச் சார்பாக வடநாட்டில் செய்த போராக இருக்க வேண்டும். அக்காலத்தில் வடநாட்டைச் சிறுசிறு மன்னர்கள்ஆண்டனர்; பேரரசர் இருந்திலர்.

வடநாட்டு அரசரை வென்றதற்கு அடையாளமாக நெடுஞ்சேரலாதன் இமயமலையில் தன்னுடைய வில் அடையாளத்தைப் பொறித்து வைத்தான். இதனை,

ஆரியர் அலறத் தாக்கிப் பேரிசைத்
தொன்று முதிர் வடவரை வணங்கவிற் பொறித்து
வெஞ்சின வேந்தரைப் பிணித்தோன் (அகம் 396 : 16-19)

என்று பரணரும்,

வலம்படு முரசிற் சேரலாதன்
முந்நீ ரோட்டிக் கடம்பறுத் திமயத்து
முன்னோர் மருள வணங்குவிற் பொறித்து (அகம் 127 : 3-5)

என்று மாமூலனாரும்,

அமைவரல் அருவி இமயம் விற்பொறித்து. என்று 2-ஆம் பத்துப் பதிகமும் கூறுவது காண்க. இவனைச் சிலப்பதிகாரம்,

கடற்கடம் பெறிந்த காவலன்வாழி
விடர்ச்சிலை பொறித்த வேந்தன்வாழி (சிலம்பு 23 : 81-82)

என்றும்,

மாநீர் வேலிக் கடம்பெறிந் திமயத்து
வானவர் மருள மலைவிற் பூட்டிய வானவன் (சிலம்பு 25 : 1-2)

என்றும் கூறுகிறது.

3. இமயவரம்பன் நெடுஞ்சேரலாதன் யவனரை வென்றுச் சிறைப்பிடித்து அவர்கள் தலையில் நெய்யை யூற்றிக் கைகளைப் பின் கட்டாகக் கட்டிக் கொண்டு வந்து அவர்களிடமிருந்து வயிரம் முதலிய பெருஞ்செல்வங்களைப் பெற்றுக்கொண்டான் என்று 2-ஆம் பத்துப் பதிகம் கூறுகிறது.

நயனில் வன்சொல் யவனர்ப் பிணித்து
நெய்த்தலை பெய்து கைபிற் கொளீஇ
அருவிலை நன்கலம் வயிரமொடு கொண்டு
பெருவிறன் மூதூர்த் தந்துபிறர்க் குதவி

என்று கூறுகிறது.

இதற்குப் பழைய உரையாசிரியர் இவ்வாறு விளக்கங் கூறுகிறார்: “இதன் பதிகத்து யவனர்ப் பிணித்தென்றது யவனரைப் போருள் அகப்படுத்தியென்றவாறு. நெய்த்தலைப் பெய்து கைபிற் கொளீஇ யென்பதற்கு அக்காலத்துத் தோற்றாரை நெய்யைத் தலையிற் பெய்து கையைப் பிறகு பிணித்தென்றுரைக்க. அருவிலை நன்கலம் வயிரமொடு கொண்டென்றது அந்த யவனரைப் பின்தண்டமாக அருவிலை நன்கலமும் வயிரமுங் கொண்டென்றவாறு.”

நெடுஞ்சேரலாதன் யவனரை வென்ற செய்தி பதிகத்தில் மட்டுங் கூறப்படுகிறபடியால், குமட்டூர்க் கண்ணனார் இவன்மீது 2-ஆம் பத்துப் பாடிய பிறகு, அந்த யவனப் போர் நிகழ்ந்திருக்க வேண்டும் என்று கருதலாம். இவன் யவனருடன் போர் செய்தது கிரேக்க நாட்டுக்கோ அல்லது உரோமாபுரிக்கோ சென்று போர் செய்தான் என்று கருதக்கூடாது. தக்காணத்து மேற்குக் கரைப் பக்கமாகச் சில ஊர்களை யரசாண்டிருந்த யவன அரசர்களுடன் போர் செய்து அவர்களைச் சிறைப் பிடித்தான் என்பதே சரித்திர உண்மையாகும். இந்தியாவுக்கு வெளியே இருந்து இந்தியாவுக்குள் வந்த சாகர்கள் பையப்பையத் தெற்கே மேற்குக்கரைப் பக்கமாக வந்து, சதகர்ணி (நூற்றுவர் கன்னர்) அரசர்களுக்குரியதாக இருந்த தக்காண தேசத்தின் மேற்குக்கரைப் பகுதிகளையும் மாளவம் முதலிய இடங்களையும் கைப்பற்றிக்கொண்டு அரசாண்டார்கள். அது காரணமாகச் சதகர்ணிய அரசர்களுக்கும் சாக அரசர் களுக்கும் நெடுங்காலம் போர் செய்தார்கள். சாக அரசர் யவனர் (கிரேக்கர்) அல்லர். ஆனாலும், அவர்களுக்கு யவனர் என்னும் பெயர் வழங்கிவந்தது. அவர்கள் விந்தியமலைப் பிரதேசத்தில் அரசாண்டனர். நெடுஞ்சேரலாதன் யவனரை வென்று சிறைப் பிடித்தான் என்பது, இந்தச் சாக யவனரைத்தான். சதகர்ணியரசர் (நூற்றுவர் கன்னர்) சார்பாக நெடுஞ்சேரலாதன் சாக யவனருடன் போர் செய்து அவர்களைச் சிறைப் பிடித்ததை இச்செய்தி கூறுசிறது.

சாக யவனர் விந்தியமலைப் பிரதேசத்தில் கி.பி. முதலாவது இரண்டாவது நூற்றாண்டுகளில் அரசாண்டார்கள் என்று இந்திய சரித்திரங் கூறுகிறது. அந்தச் சாகர்கள் தக்காண இராச்சியத்தை யரசாண்ட சதகர்ணி (நூற்றுவர் கன்னர்) உடன் அடிக்கடி போர்

செய்துகொண்டிருந்தார்கள். சேர மன்னர்கள் சதகர்ணியரசருக்கு நண்பர்களாகையால், இமயவரம்பன் நெடுஞ்சேரலாதன் நூற்றுவர் கன்னர் சார்பாகச் சாக அரசர்களுடன் விந்தியப் பிரதேசத்தில் போர் செய்து அவர்களைச் சிறைப்பிடித்தான். இதற்குச் சான்று பதிற்றுப்பத்து 9-ஆம் பத்தில் காணப்படுகிற, இளஞ்சேரல் இரும் பொறையின் முன்னோர்களைக் கூறும்போது, நெடுஞ்சேரலாதனைக் கூறுகிற இடத்தில்,

கடவுட் பெயரிய கானமொடு கல்லுயர்ந்து
தெண்கடல் வளைஇய மலர்தலை யுலகத்துத்
தம்பெயர் போகிய ஒன்னார் தேயத்து
துளங்கிருங் குட்டம் தொலைய வேலிட்டு
அணங்குடைக் கடம்பன் முழுமுதல் தடிந்து

என்று (9-ஆம் பத்து 8: 2-6) கூறுகிறது.

இதற்குப் பழைய உரைகாரர் "கடவுட்பெயரிய கானம் என்றது விந்தாடவியை" என்று எழுதுகிறார். விந்தாடவி என்றது விந்தியமலைப் பிரதேசம். இதற்குக் தண்டாரணியம் என்றும் பெயர் உண்டு. அக்காலத்தில் இப்பிரதேசத்தைச் சாகயவன அரசர்கள் ஆண்டனர். இந்த அரசர்களைத்தான் நெடுஞ்சேரலாதன் வென்று சிறைப்பிடித்தான். இவன் மகனான ஆடுகோட்பாட்டுச் சேரலாதன் யவனரின் வருடைப் பசுக்களைக் கவர்ந்துகொண்டு வந்தான் என்று 6-ஆம் பத்துப் பதிகம் கூறுகிறது.

சில ஆராய்ச்சிக்காரர்கள், நெடுஞ்சேரலாதன் சிறைப்பிடித்த யவனர், கிரேக்க நாட்டிலிருந்து வாணிகத்தின் பொருட்டு வந்து சேர நாட்டுக் கடற்கரைப் பட்டினங்களில் குடியேறியிருந்த யவனராக இருக்கக் கூடும் என்று கருதுகின்றனர் (k.N. Sivaraja Pillai. The Chronology of the Early Tamils, 1932. p. 117 ; K.G.Sesha Aiyar. Cera Kings of the Sangam Period. 1937.p18; K.A. Nilakanta Sastri. A Comprehensive History of India vol. ii. 1957. p. 519). இது தவறான கருத்து. தங்கள் நாட்டில் வாணிகம் செய்யவந்த யவனரைச் சிறைப்பிடித்தான் என்பது அசம்பாவிதமானது. அவன் விந்திய மலைப் பிரதேசத்தில் அரசாண்டுகொண்டிருந்த சாக யவனரைச் சிறைப்பிடித்தான் என்பது மேலே கூறப்பட்டது.

இமயவரம்பன் நெடுஞ்சேரலாதனை 2-ஆம் பத்துப் பாடிய குமட்டூர்க் கண்ணனார் பெற்ற பரிசில், "உம்பற்காட்டு ஐஞ்ஞூறூர் பிரமதாயமும் முப்பத்தெட்டி யாண்டு தென்னாட்டுள் வருவதனிற் பாகமும்" பெற்றார் என்று பதிகக் குறிப்புக் கூறுகிறது. உம்பற் காடு, இவ்வரசனுடைய தம்பியாகிய பல்யானைச் செல்

கெழுகுட்டுவனால் புதிதாகக் கைப்பற்றப்பட்டது. இது கொங்கு நாட்டைச் சேர்ந்த ஊர்.

இமயவரம்பன் நெடுஞ்சேரலாதன் ஐம்பத்தெட்டு யாண்டு வீற்றிருந்தான் என்று கூறப்படுகிறான். இவன் எப்படி இறந்தான் என்பது கூறப்படவில்லை. ஆனால், இவன் சோழ அரசனுடன் போர் செய்து போர்க்களத்தில் இறந்துபோனான் என்னும் செய்தியை வேறு இடத்திலிருந்து அறிகிறோம். இவன், சோழன் வேற்பஃறடக்கைப் பெருவிறற் கிள்ளியுடன் போர் செய்தான். அந்த போர், போர் என்னும் இடத்தில் நடந்தது. அப்போரில் இருதரத்து வீரர்களும் யானைகளும் குதிரைகளும் மாண்டனர். அன்றியும் இரண்டு அரசர்களும் புண்பட்டுப் போர்க் களத்திலேயே விழுந்து சிலகாலம் உயிர் போகாமல் கிடந்தனர். இந்த நிகழ்ச்சியை நேரில் கண்ட கழாத்தலையார் என்னும் புலவர் மறக்களவழி பாடினார் (புறம். 368). அந்தப் பாட்டின் கீழ்க் குறிப்பு, “சேரமான் குடக்கோ நெடுஞ்சேரலாதன், சோழன் வேற்பஃறடக்கைப் பெருநற்கிள்ளியோடு போர்ப்புறத்துப் பொருது, வீழ்ந்தார் அழுங்கத் தன்னதாக உயிர் போகாது கிடந்தானைக் கழாத் தலையார் பாடியது” என்று கூறுகிறது (இதில், வீழ்ந்தார் அழுங்க என்பதற்கு நண்பரும் உறவினரும் மனம் வருந்த என்பது பொருள். வீழ்ந்தார்-விரும்பினவர், அன்புடையவர்).

போர்க்களத்தில் உயிர் போகாமல் கிடந்த சேரன் பிறகு போர்க்களத்திலேயே இறந்துபோனான். அப்போதும் கழாத்தலை யார் அவனைப் பாடினார் (புறம். 62). அப்பாட்டின் கிழ்க் குறிப்பு, “சேரமான் குடக்கோ நெடுஞ்சேரலாதனும் சோழன் வேற் பஃறடக்கைப் பாடியது” என்று கூறுகிறது. இவ்விரு அரசரும் போர்க்களத்தில் புண்பட்டு விழுந்து கிடந்த தைப் பரணரும் நேரில் பாடினார் (புறம். 63). இதனால் குடக்கோ நெடுஞ்சேர லாதனும் வேற்பஃறடக்கைப் பெருவிறற் கிள்ளியும் சமகாலத்தவர் என்பதும் இருவரும் ஒருங்கே போர்க்களத்தில் இறந்தனர் என்பதும் தெரிகின்றன.

(**குறிப்பு:** சிலப்பதிகாரத்தை ஆங்கிலத்தில் எழுதிய திரு. வி.ஆர். இராமச்சந்திர தீஷிதர், இமயவரம்பன் நெடுஞ்சேரலாதன், பெருஞ்சேரலாதன் என்னும் இரண்டு வெவ்வேறு அரசர்களை ஒருவர் என்று எண்ணிக்கொண்டு தவறான செய்தியைக் கூறியுள்ளார். பெருஞ்சேரலாதன் (இமயவரம்பன் நெடுஞ்சேரலாதன்) கரிகால் சோழனுடன் வெண்ணி என்னும் இடத்தில் போர் செய்து இறந்தான் என்று எழுதுகிறார் (சிலம்பு ஆங்கில மொழி பெயர்ப்பு). சேரலாதன் என்னும் பெயர் ஒற்றுமையைக் கொண்டு இருவரையும் ஒருவராகக் கருதிவிட்டார்).

சிறிய தந்தை (பல்யானைச் செல்கெழு குட்டுவன்)

சேரன் செங்குட்டுவனின் தந்தையாகிய இமயவரம்பன் நெடுஞ்சேரலாதனுக்குத் தம்பியொருவன் இருந்தான் என்று முன்னமே கூறினோம். அவன் பெயர் பல்யானைச் செல்கெழுகுட்டுவன் என்பது, அவன் செங்குட்டுவனின் சிறிய தந்தை. அவன்மீது பாடப்பட்டது 3-ஆம் பத்து. அவன் கொங்கு நாட்டுப் பகுதியை வென்றான்.

மாகெழு கொங்கர் நாடகப் படுத்த
வேல் கெழுதானை வெருவரு தோன்றல்

என்பதனால் (3-ஆம் பத்து 2 : 15-16) இதனையறியலாம்.

மதில் அரண் உடைய அகப்பா என்னும் நகரத்தை இவன் வென்று அதைத் தீயிட்டுக் கொளுத்தினான்.

துஞ்சமரந் துவன்றிய மலரகன் பறந்தலை
ஓங்குநிலை வாயிற் றூங்குபு தகைத்த
வில்விசை மாட்டிய விழுச்சீர் ஐயவிக்
கடிமிளைக் குண்டு கிடங்கின
நெடுமதில் நிரையப் பதணத்து
அண்ணலம் பெருங்கோட்டு அகப்பா வெறிந்த
பொன்புனை யுழிஞை வெல்போர்க் குட்டுவ

(3-ஆம் பத்து 2 : 21-27)

இதனையே, ‘அகப்பா எறிந்து பகற்றீ வேட்டு’ என்று பதிகம் கூறுகிறது.

இவனிடம் பல யானைப் படைகள் இருந்தன. அதனால் இவன் கோட்டைகளை யெளிதில் வென்றான்.

அமர்கோள் நேரிகந்து ஆரெயில் கடக்கும்
பெரும்பல் யானைக் குட்டுவன் **(3-ஆம் பத்து 9 : 13-14)**

கொங்கு நாட்டைப் பிடிப்பதற்கு முன்பு இவன் உம்பல் காட்டைக் கைப்பற்றினான் (உம்பல் - யானை). உம்பல் காடு என்பது இப்போது யானைமலை என்று வழங்கும் பிரதேசம். இது, சேர நாட்டுக்கும் கொங்கு நாட்டுக்கும் இடையில் உள்ளது. உம்பல் காட்டையும் கொங்கு நாட்டையும் வென்ற இவன் தன் மரபில் உள்ள முதியவர்களைத் தான் வென்ற அந்த நாட்டுப் பகுதிகளின் தலைவராக்கினான்.

மதியுறழ் மரபின் முதியரைத் தழீஇக்
கண்ணகன் வைப்பின் மண்வகுத் தீத்து **(3-ஆம் பத்து, பதிகம்)**

என்று இச்செய்தி கூறப்படுகிறது.

பல்யானைச் செல்கெழுகுட்டுவன் என்னும் பெயருக்கு ஏற்ப இவனிடம் பெரிய யானைப் படை இருந்தது என்று கூறினோம். அந்த யானைகளைக் கீழ்க்கடல் முதல் மேற்கடல் வரையில் வரிசையாக ஆங்காங்கே நிறுத்தி அந்த யானைகளின் மூலமாகக் கீழ்க்கடல் நீரையும் மேற்கடல் நீரையும் ஒரே நாளில் கொண்டு வரச் செய்து அந்நீரினால் இவன் திருமுழுக்குச் செய்து கொண்டான்.

கருங்களிற் றியானைப் புணர்நிரை நீட்டி
இருகடல் நீரும் ஒருபகல் ஆடி (3-ஆம் பத்து, பதிகம்)

என்று இச்செய்தி கூறப்படுகிறது.

கொற்றவை, வீரர் வணங்கும் வெற்றிக்கடவுள். சேர நாட்டை யடுத்துள்ள மேற்குத் தொடர்ச்சி மலையின் ஒரு பகுதி அயிரை மலை என்று பெயர் பெற்றிருந்தது. அந்த மலை மேல் கொற்றவையின் கோவில் இருந்தது. அயிரைமலைக் கொற்றவை, சேரர்களின் குல தெய்வமாக இருந்தபடியால் வெற்றிவீரனாகிய இவன் அத்தெய்வத்தை வணங்கி வழிபட்டான்.

பல்யானைச் செல்கெழுகுட்டுவனைப் பாலைக் கௌதமனார் 3-ஆம் பத்துப் பாடினார். அதற்குப் பரிசாக அப்புலவரும் அவருடைய மனைவியாகிய பார்ப்பனியும் சுவர்க்கம் பெற்றார்கள் என்று மூன்றாம் பத்து அடிக்குறிப்பு கூறுகிறது. "பாடிப் பெற்ற பரிசில்: நீர் வேண்டிய கொண்மின்" என, "யானும் என் பார்ப்பனியும் சுவர்க்கம் புகல்வேண்டும்" என, பார்ப்பாரிற் பெரியோரைக் கேட்டு ஒன்பது பெருவேள்வி வேட்பிக்கப் பத்தாம் பெருவேள்வியில் பார்ப்பானையும் (பாலைக் கௌதமனாரையும்) பார்ப்பனியையும் காணாராயினார்" என்று மூன்றாம் பத்தின் அடிக்குறிப்பு கூறுகிறது. இவன், பாலைக் கௌதமனாருக்குச் சுவர்க்கங் கொடுத்ததைச் சோழ நாட்டிலிருந்த பராசரன் என்னும் பார்ப்பான் அறிந்து, சேர நாட்டுக்குச் சென்று, இவனுடைய அவைக்களத்தில் பார்ப்பனருடன் வேதம் ஓதி வெற்றிகொண்டு பார்ப்பன வாகை பெற்றான். இவனுக்கு இச்சேரன் செல்வங்களைப் பரிசாகக் கொடுத்தான். இதனைச் சிலப்பதிகாரக் கட்டுரை காதை கூறுகிறது.

குலவுவேற் சேரன் கொடைத்திறங் கேட்டு
வண்டமிழ் மறையோற்கு வானுறை கொடுத்த
திண்டிறல் நெடுவேல் சேரலற் காண்கெனக்
காடும் நாடும் ஊரும் போகி
நீடுநிலை மலையம் பிற்படச் சென்றாங்கு

> ஒன்றுபுரி கொள்கை இருபிறப் பாளர்
> முத்தீச் செல்வத்து நான்மறை முற்றி
> ஐம்பெரு வேள்வியுஞ் செய்தொழி லோம்பு
> மறுதொழி லந்தணர் பெறுமுறை வகுக்க
> நாவலங் கொண்டு நண்ணார் ஓட்டிப்
> பார்ப்பன வாகை சூடி யேற்புற
> நன்கலங் கொண்டு தன்பதி பெயர்வோன் (சிலம்பு 23 : 62-73)

இவ்வரசன் இருபத்தைந்து ஆண்டு ஆட்சி செய்தான். தெய்வ பக்தியுள்ள இவ்வரசனுடைய புரோகிதர் நெடும்பாரதாயனார் என்பவர். அவர் இல்வாழ்க்கையைத் துறந்து தவஞ்செய்யக் காட்டுக்குப் போனார். அதுகண்டு இவ்வரசன் அரசையும் மனையையும் துறந்து அவருடன் காட்டுக்குச் சென்றான்.

> ஒடுங்கா நல்லிசை யுயர்ந்த கேள்வி
> நெடும்பார தாயனார் முந்துறக் காடுபோந்த
> பல்யானைச் செல்கெழு குட்டுவன்

என்ற இச்செய்தியைப் பதிகம் கூறுகிறது. இதற்குப் பழைய உரைகாரர் கூறும் விளக்கம் இது: "நெடும்பார தாயனார் முந்துறக் காடுபோந்த வென்றது தன் புரோகிதராகிய நெடும்பாரதாயனார் தனக்கு முன்னே துறந்து காடுபோக அது கண்டு தானும் துறவுள்ளம் பிறந்து துறந்து காட்டிலே போன என்றவாறு."

இமயவரம்பன் நெடுஞ்சேரலாதனும் அவன் தம்பியாகிய பல்யானைச் செல்கெழுகுட்டுவனும் உம்பற்காட்டையும் கொங்கு நாட்டின் சில பகுதிகளை கைப்பற்றிச் சேர இராச்சியத்தோடு சேர்த்து இராச்சியத்தை விரிவுபடுத்தினார்கள்.

வேறு சிறிய தந்தை (செல்வக்கடுங்கோ வாழியாதன்)

சேரன் செங்குட்டுவனுக்கு அந்துவன் பொறையன் என்னும் தாயாதிப் பாட்டன் ஒருவன் இருந்ததை முன்னமே கூறினோம். அந்தப் பாட்டனுக்குச் செல்வக்கடுங்கோ வாழியாதன் என்று ஒரு மகன் இருந்தான். எனவே, அவனும் செங்குட்டுவனுக்குச் சிறிய தந்தை முறையினன் ஆவான். மேலும் செல்வக்கடுங்கோ, செங்குட்டுவனுடைய மாற்றாந்தாயாகிய (தன் தந்தையின் மூத்த மனைவியாகிய) வேளாவிக்கோமான் பதுமன் தேவி என்பவளின் தங்கையை மணஞ்செய்திருந்தான். அவளுக்கும் வேளாவிக் கோமான் பதுமன் தேவி என்பது பெயர். இச்செய்தியை எட்டாம் பத்துப் பதிகத்தினால் அறிகிறோம்.

செல்வக்கடுங்கோவை 7-ஆம் பத்துப் பாடியவர் கபிலர். பாரி வள்ளலால் ஆதரிக்கப்பட்ட கபிலர், அவன் இறந்த பிறகு இச்சேரனிடம் வந்து இவனைப் பாடினார்.

செல்வக்கடுங்கோ வாழியாதன் பல போர்க்களங்களைக் கண்டவன். போர்க்களத்தில் பல புண்பட்ட இவனுடைய மார்பு, இறைச்சியைக் கொத்தும் (ஊனம்) மரக்குறடுபோல வடுக்கள் உள்ளதாக இருந்தது. அந்த வடுக்களை இவன் சந்தனம் பூசி மறைத்திருந்தான்.

எஃகா டூனங் கடுப்ப மெய்சிதைந்து
சாந்தெழில் மறைத்த சான்றோர் பெருமகன்

(7-ஆம் பத்து 7 : 17-18)

(ஊனம் - இறைச்சியைக் கொத்துவதற்கு உள்ள மரக்குறடு; சான்றோர் - (இங்கு) வீரர்.)

இவன் பல போர்களைச் செய்து நாடுகளைக் கைப்பற்றி னான்; களவேள்வி செய்தான்.

நாடுபல படுத்து நண்ணார் ஓட்டி
வெருவரு தானைகொடு செருப்பல கடந்து
ஏத்தல் சான்ற இடனுடைவேள்வி ஆக்கி

என்று 7-ஆம் பத்துப் பதிகம் கூறுகிறது.

மேலும், இவன் அறநெறியறிந்து தன் புரோகிதனைவிட அறிவிற்சிறந்திருந்தான் என்று கூறப்படுகிறான்.

புரோசுமயக்கி
மல்லல் உள்ளமொடு மாசற விளங்கிய
செல்வக் கடுங்கோ வாழியாதன் (7-ஆம் பத்து, பதிகம்)

“புரோசு மயக்கி யென்றது தன் புரோகிதனிலும் தான் அறநெறியறிந்தென்றவாறு” என்று பழைய உரை விளக்கங் கூறுகிறது.

இவன் மீது 7-ஆம் பத்துப் பாடிய கபிலருக்கு இவன் பல ஊர்களைப் பரிசாக வழங்கினான். “பாடிப் பெற்ற பரிசில்: சிறுபுறமென நூறாயிரங் காணங் கொடுத்து நன்றா வென்னுங் குன்றேறி நின்று தன் கண்ணிற்கண்ட நாடெல்லாம் காட்டிக் கொடுத்தான் அக்கோ” என்று 7-ஆம் பத்தின் பதிக அடிக் குறிப்புக் கூறுகிறது.

கபிலர் அனேக ஊர்களைப் பரிசு பெற்ற செய்தியை இவ் வரசனின் பேரனாகிய இளஞ்சேரல் இரும்பொறையை 9-ஆம் பத்துப் பாடின பெருங்குன்றூர் கிழாரும் கூறுகிறார். இளஞ்சேரல்

இரும்பொறையுடன் போர் செய்து தோற்று ஓடிய சோழனின் வீரர்கள் போர்க்களத்தில் விட்டுச் சென்ற வேல்களின் எண்ணிக்கையானது கபிலன், செல்வக்கடுங்கோ வாழியாதனிடம் பரிசாகப் பெற்ற ஊர்களைவிட அதிகமாக இருந்தது என்று அவர்கூறுகிறார்.

தீஞ்சுனை நிலைஇய திருமா மருங்கிற்
கோடுபல விரிந்த நாடுகாண் நெடுவரைசூ
சூடா நறவின் நாண்மகிழ் இருக்கை
யரசவை பணிய வரம்புரிந்து வயங்கிய
மறம்புரி கொள்கை வயங்குசெந் நாவின்
உவலை கூராக் கவலையில் நெஞ்சின்
நனவிற் பாடிய நல்லிசைக்
கபிலன் பெற்ற ஊரினும் பலவே (9-ஆம் பத்து 5 : 6-13)

(இதில் நன்றா என்னும் குன்று, நாடுகாண் நெடுவரை என்று கூறப்பட்டுள்ளது காண்க.)

குண்டுகட் பாலியாதனார் என்னும் புலவர் 'இது கனவா நனவா' என்று ஐயுறும்படி இவ்வரசன் அவருக்குப் பெருந் தொகையைப் பரிசிலாக வழங்கினான். அப்போது அப்புலவர் இவ்வரசன்மீது ஒரு செய்யுளைப் பாடி வாழ்த்தினார் (புறம். 387)

செல்வக்கடுங்கோ இருபத்தைந்து யாண்டு ஆட்சிசெய்தான். இவன் சிக்கற்பள்ளி என்னும் இடத்தில் இறந்தான். ஆனது பற்றி இவன், சேரமான் சிக்கற்பள்ளித் துஞ்சிய செல்வக்கடுங்கோ வாழியாதன் என்று கூறப்படுகிறான்.

அண்ணன் (களங்காய்க்கண்ணி நார்முடிச்சேரல்)

இமயவரம்பன் நெடுஞ்சேரலாதனுக்கு இரண்டு மனைவியரும் நான்கு மக்களும் இருந்தனர் என்றும் அவர்கள் களங்காய்க் கண்ணி நார்முடிச்சேரல், ஆடு கோட்பாடுச் சேரலாதன், கடல் பிறக்கோட்டிய செங்குட்டுவன், இளங்கோ அடிகள் என்பர் என்றும் கூறினோம். நெடுஞ்சேரலாதன் இறந்த பிறகு, அவனுடைய மூத்த மகனும் செங்குட்டுவனுடைய அண்ணனுமாகிய களங்காய்க்கண்ணி நார்முடிச்சேரல் அரசனானான். இவனுக்கு வானவரம்பன் என்னும் சிறப்புப் பெயர் உண்டு.

இவன், களங்காய்க்கண்ணி நார்முடிச்சேரல் என்று பெயர் பெற்றதற்குக் காரணங் கூறுகிறார் பதிற்றுப்பத்தின் பழைய உரையாசிரியர்: "களங்காய்க்கண்ணி நார்முடி யென்றது களங்கா யாற் செய்த கண்ணியும் நாராற் செய்த முடியுமென்றவாறு. தான் முடி

சூடுகின்ற காலத்து ஒரு காரணத்தால் முடித்தற்குத் தக்க கண்ணியும் முடியும் உதவாமையிற் களங்காயால் கண்ணியும் நாரால் முடியும் செய்து கொள்ளப்பட்டன வென்றவாறு” என்று அவர் விளக்கங் கூறுகிறார்.

இதைச் சான்றாகக் கொண்டு திரு. மு.இராகவையங்கார் அவர்கள் தாம் எழுதிய சேரன் செங்குட்டுவன் என்னும் நூலில் இவ்வாறு கற்பித்து எழுதுகிறார்: “முடிசூடுகின்ற சமயத்தில் முடித்தற்குரிய கண்ணியும் கிரீடமும் பகைவர் கவர்ந்ததனால் உதவாமை பற்றி, அவற்றுக்குப் பிரதியாகக் களங்காயற் கண்ணியும் நாரால் முடியுஞ் செய்து புனைந்துகொண்டு பட்டம் பெற்றமையின் ‘களங்காய்க் கண்ணி நார்முடிச்சேரல்’ என்னும் பெயர் பெற்றான்” என்று எழுதியுள்ளார்.

இவர் கூறும் காரணத்தைத் திரு. கே.என். நீலகண்ட சாஸ்திரி யார் உடன்படாமல் மறுக்கிறார். முடிசூடுஞ் சமயத்தில் பகைவர் வந்து கிரீடத்தைக் கவர்ந்திருக்க முடியாது என்று சாஸ்திரியார் சுட்டிக்காட்டுகிறார் (K.A. Nilaknta Sastri, A Comprehensive History of India, Vol. II, P. 521). ஆனால், சாஸ்திரியாரும் முடியும் கண்ணியும் உதவாமற் போனது ஏன் என்பதற்குக் காரணம் கூறவில்லை.

பொன்முடியும் கண்ணியும் முடிசூட் உதவாமற் போனதற்குத் தகுந்த காரணம் உண்டு. அக்காரணம் என்னவென்றால், இவனுடைய தந்தையாகிய இமயவரம்பன் நெடுஞ்சேரலாதன், சோழன் வேற்பஃறடக்கைப் பெரு விறற்கிள்ளியோடு போர் செய்து போர்க்களத்தில் புண்பட்டு விழுந்து கிடந்து பிறகு உயிர் நீங்கினான் என்பதை முன்பு கூறினோமல்லவா? அவன் போர்க்களத்தில் விழுந்த சமயத்தில் அவன் புனைந்திருந்த முடியும் கண்ணியும் சிதைந்து போயிருக்கக்கூடும். அல்லது கெட்டுப் போயிருக்கக்கூடும். ஆகையினாலே, திடீரென்று முடிசூட்டுவிழா ஏற்பட்ட காரணத்தினால், அவ்வமயம் பொன் முடியும் கண்ணியும் உதவாமற் போகவே, அச்சமயத்துக்கு வாய்ப்பாகக் களங்காயாற்கண்ணியும் நாரினால் முடியும் புனைந்து முடி சூட்டப்பட்டான். இதுவே களங்காய்க் கண்ணியும் நார்முடியும் சூடியதற்குக் காரணமாக இருக்கலாம். ஆனால், இவன் எக் காலமும் நார்முடியையே தரித்திருக்க வில்லை. நவமணிகள்பதித்த முத்துவடங்கள் சூழ்ந்த மணி முடியைத் தரித்துக் கொண்டிருந்தான்.

இலங்கு மணிமிடைந்த பசும்பொற் படலத்து
அவிரிழை தைஇ மின்னுமிழ் பிலங்கச்
சீர்மிகு முத்தந் தைஇய
நார்முடிச் சேரல்... (4ஆம் பத்து 9 : 14-17)

என்று இவன் கூறப்படுகிறான். ஆனாலும், நார்முடிச் சேரல் என்ற பெயரே இவனுக்கு நிலைத்துவிட்டது.

சேரமன்னர் கொங்கு நாட்டைச் சிறிது சிறிதாகக் கைப் பற்றிச் சேர இராச்சியத்துடன் சேர்த்துக் கொண்டு வருவதைக் கண்ட கொங்கு நாட்டுத் தகடூர் மன்னனாகிய நெடுமிடல் எழினி என்பவன் பாண்டியனுடைய உதவியுடன் இச்சேரனை எதிர்த் தான். அவனை நார்முடிச்சேரல் தோல்வியுறச் செய்தான்.

நெடுமிடல் சாயக் கொடுமிடல் துமியப்
பெருமலை யானையொடு புலங்கெட இறுத்து

(4-ஆம் பத்து 2 : 10-11)

நார் முடிச்சேரல் பல போர்களைச் செய்ய வேண்டியிருந்தது. அந்தப் போர்களில் கடுமையானது துளு நாட்டு நன்னனுடன் செய்த போர். இந்தப் போர்களில் இவனுடைய தம்பியராகிய சேரன் செங்குட்டுவனும், ஆடுகோட்டுபாட்டுச் சேரலாதனும், பெருஞ்சேரல் இரும்பொறையும் உதவியாக இருந்தார்கள்.

சேர நாட்டுக்கு வடக்கேயிருந்த துளு நாட்டு நன்னன், சேர நாட்டின் வட பக்தியிலிருந்த பூழி நாட்டைக் கைப்பற்றிக் கொண்டான். மேலும், நன்னன் கொங்கு நாட்டின் வடக்குப் பகுதிகளைக் கைப்பற்றிக் கொண்டிருந்தான். நன்னனுடைய வளர்ச்சி சேர நாட்டின் வீழ்ச்சியாக இருந்தது. ஆகையால், நார் முடிச்சேரல் நன்னன்மேல் படையெடுத்தான். வலிமை மிக்க நன்னனும் பின்வாங்கவில்லை. இந்தப் போர் நிலைச்செருவாகச் சில காலம் நடந்தது. கடைசியில் நார்முடிச்சேரல் வெற்றி பெற்றான். தான் இழந்த பூழி நாட்டை மீட்டுக் கொண்டு பிறகு நன்னனுடைய துளு நாட்டிலும் புகுந்து போர் செய்தான். இப்போரில் சேரன் செங்குட்டுவன் நன்னனுடைய நாட்டில் கடற்கரைப் பக்கமாகப் புகுந்து அவனுடைய நாட்டைத்தாக்கிப் போர் செய்து வியலூர், கொடுகூர், நறவு முதலிய ஊர்களைக் கைப்பற்றினான். நார்முடிச் சேரல் மற்றொரு பக்கமாக நன்னனைத் தாக்கினான். இவன் தம்பியாகிய ஆடுகோட்பாட்டுச் சேரலாதனும் மற்றொரு புறத்தில் தாக்கிப் போரிட்டான். இவர்களை எதிர்த்த நன்னன் கடம்பின் பெருவாயில், வாகைப் பெருந் துறை என்னும் இடங்களில் போர் செய்தான். கடைசியில் நன்னன் தோல்வியுற்றுப் போர்க்களத்தில் இறந்து போனான். துளு நாடு (கொங்கண நாடு) சேரருக்குக் கீழ்ப்படிந்தது. இச்செய்தியை,

எழுமுடி கெழீஇய திருஞெமர் அகலத்துப்
பொன்னங் கண்ணிப் பொலந்தேர் நன்னன்

சுடர்வீ வாகைக் கடிமுதல் தடிந்த
தார்மிகு மைந்தின் நார்முடிச் சேரல் (4-ஆம் பத்து 10 : 13-16)

என்றும்,

ஊழின் ஆகிய உயர்பெருஞ் சிறப்பில்
பூழிநாட்டைப் படையெடுத்துத் தழீஇ
உருள்பூங் கடம்பின் பெருவாயில் நன்னனை
நிலைச் செருவின் ஆற்றலை யறுத்தவன்
பொன்படு வாகை முழுமுதல் தடிந்து
குருதிச் செம்புனல் குஞ்சரம் ஈர்ப்பச்
செருப்பல செய்து செங்களம் வேட்டு (4-ஆம் பத்து, பதிகம்)

என்றும் பதிற்றுப்பத்து 4-ஆம் பத்து கூறுகிறது

கல்லாடனார் என்னும் புலவரும் இந்த வெற்றியைத் தம்முடைய செய்யுளில் போற்றுகிறார்.

குடா அது
இரும்பொன் வாகைப் பெருந்துறைச் செருவில்
பொலம்பூண் நன்னன் பொருதுகளத் தொழிய
வலம்படு கொற்றந் தந்த வாய்வாள்
களங்காய்க் கண்ணி நார்முடிச் சேரல்
இழந்த நாடு தந்தன்ன வளம் (அகம். 199 : 18-24)

இவ்வாறு, களங்காய்க்கண்ணி நார்முடிச்சேரலின் காலத்தில் கொங்கண நாடாகிய துளு நாடு சேர இராச்சியத்துக்கு அடங்கியது. நன்னனுடைய மகன் சேர அரசருக்குக் கீழடங்கித் துளு நாட்டை யரசாண்டான். அவன் 'நன்னன் உதியன்' என்று பெயர் பெற்றான். பரணர் என்னும் புலவர், தாம் பாடிய அகநானூற்றுச் செய்யுளில்,

நன்னன் உதியன் அருங்கடிப் பாழித்
தொன்முதிர் வேளிர் ஓம்பினர் வைத்த பொன்
(அகம். 258 : 1-3)

என்று நன்னன் உதியனைக் கூறுகிறார். நன்னன் என்பது துளு நாட்டு அரசர் குடிப்பெயர், உதியன் என்பது சேர நாட்டு அரசர் குடிப்பெயர். சேரனுக்கு அடங்கியவன் என்பதற்காக இவன் தன் பெயருடன் உதியன் என்னும் பெயரைச் சூடிக் கொண்டான்.

களங்காய்க் கண்ணி நார்முடிச்சேரல் இருபத்தை யாண்டு அரசாண்டான். இவன்மீது நான்காம் பத்துப் பாடிய புலவர் காப்பியாற்றுக் காப்பியனார் என்பவர். பாடிப்பெற்ற பரிசில்: நாற்பது நூறாயிரம் பொன் ஒருங்கு கொடுத்துத் தான் ஆள்வதில் பாகங்கொடுத்தான் அக்கோ."

பெருஞ்சேரல் இரும்பொறை (தாயாதி அண்ணன்)

இவன் செங்குட்டுவனின் தாயாதி அண்ணன், இளைய கால் வழியில் வந்த செல்வக்கடுங்கோ வாழி யாதனின் மகன் இவன். இவனும் நார்முடிச் சேரலின் காலத்தில் இருந்தவன். இடையர் குலத்தில் பிறந்த கழுவுள் என்பவன் குறும்பு செய்து கொண்டிருந்ததை இவன் அடக்கினான்.

ஆன்பயம் வாழ்நர் கழுவுள் தலைமடங்கப்
பழிபாழாக வேறுபுலம் படர்ந்து (8-ஆம் பத்து 1 : 17-18)

அந்தக் கழுவுள் எந்த நாட்டில் இருந்தான் என்பது தெரிய வில்லை. இவன் யாகங்களைச் செய்தான் என்று கூறப்படுகிறான் (8-ஆம் பத்து 4) தன்னுடைய புரோகிதனாகிய நரைமூதாளனைத் துறவு கொள்ளும்படிச் செய்தான்.

முழுதுணர்ந்து தொழுக்கும் நரைமூ தாளனை
வண்மையும் மாண்பும் வளனும் எச்சமும்
தெய்வமும் யாவதும் தவமுடையோர்க் கென
வேறுபடு நனந்தலைப் பெயரக்
கூறினை பெருமநின் படிமை யானே (8-ஆம் பத்து 4 : 24-28)

கொங்கு நாட்டில் அதிகமான் அரசர்கள் ஆண்டுவந்த தகடூரை இவன் வென்றான்.

வெல்போர் ஆடவர் மறம்புரிந்து காக்கும்
வில்பயில் இறும்பிற் றகடூர் நூறி (8-ஆம் பத்து 8 : 8-9)

இவன் காலத்தில் தகடூரை ஆட்சி செய்தவன் அதிகமான் நெடுமான் அஞ்சி என்பவன். நெடுமான் அஞ்சி, அதிகமான் நெடுமிடல் அஞ்சியின் மகன். நெடுமிடல் அஞ்சி, பெருஞ்சேரல் இரும்பொறையின் தமயனான நார்முடிச்சேரலினால் வெல்லப் பட்டவன். பிறகு அவன் துளு நாட்டு நன்னனுடன் போர் செய்து மாண்டான். அவன் மகனான நெடுமான் அஞ்சியுடன் பெருஞ் சேரல் இரும்பொறை போர் செய்து தகடூர்க் கோட்டையை முற்றுகையிட்டான். அஞ்சிக்கு உதவியாகச் சோழனும் பாண்டியனும் இருந்தனர். தகடூர்ப் போரில் கடைசியாக வெற்றி பெற்றவன் பெருஞ்சேரல் இரும்பொறை.

பல்வேற் றானை யதிக மானோடு
இருபெரு வேந்தரையும் உடனிலே வென்று
முரசுங் குடையும் கலனுங் கொண்டு
உரைசால் சிறப்பின் அடுகளம் வேட்டுத்
துகள்தீர் மகளிர் இரங்கத் துப்பறுத்துத்

தகடூர் எறிந்து நொச்சிதந் தெய்திய
அருந்திறல் ஒள்ளிசைப் பெருஞ்சேரல் இரும்பொறை

என்று இவனை எட்டாம் பத்துப் பதிகம் கூறுகிறது.

இவனை 8-ஆம் பத்துப் பாடியவர் அரிசில்கிழார். இப்பத்தைப் பாடியதற்குப் பரிசிலாக இவர் இவனுக்கு அமைச்சராக அமர்ந்தார் "பாடிப் பெற்ற பரிசில்: தானும் கோயிலாளும் (அரசனும் அரசியும்) புறம்போந்து நின்று கோயிலுள்ள வெல்லாம் கொண்மினென்று காணம் ஒன்பது நூறாயிரத்தோடு அரசுகட்டில் (சிம்மாசனம்) கொடுக்க அவர் யான் இரப்ப இதனை ஆள்க வென்று அமைச்சுப்பூண்டார்" என்று 8-ஆம் பத்தின் அடிக்குறிப்புக் கூறுகிறது.

தகடூரை வென்ற பிறகு இவன் தகடூர் எறிந்த பெருஞ்சேரல் இரும்பொறை என்று பெயர் பெற்றான். தகடூர்ப் போரைப் பற்றித் தகடூர் யாத்திரை என்னும் ஒரு நூல் இயற்றப்பட்டது. அந்நூல் இப்போது மறைந்துவிட்டது. அந்நூலின் சில செய்யுட்களைத் தொல்காப்பியப் புறத்திணையியலின் உரையில் நச்சினார்க்கினியர் மேற்கோள் காட்டியுள்ளார். புறத்திரட்டிலும் சில செய்யுட்கள் தொகுக்கப்பட்டுள்ளன.

தகடூர் எறிந்த பெருஞ்சேரல் இரும்பொறை புலவர்களிடத்தில் பெரு மதிப்புக்கொண்டு அவர்களைப் போற்றினான். இவனுடைய முரசு வைக்கும் கட்டிலிலிருந்த முரசைக் கழுவதற்குக் கொண்டு போயிருந்தார்கள். அவ்வமயம் மோசிகீரனார் என்னும் புலவர், அது முரசு கட்டில் என்பதை அறியாமல் அதன்மேல் படுத்து உறங்கிவிட்டார். முரசுகட்டில் சிம்மாசனம் போன்று மதிப்புக்குரியது. அதில் யாரும் அமர்வதும் படுப்பதும் கூடாது. மோசிகீரனார் அதில் படுத்து உறங்குவதைக் கண்ட பெருஞ்சேரல் இரும்பொறை இவர் செயலுக்காக வருந்தாமலும் சினங் கொள்ளாமலும் இருந்ததோடு தன்கையினால் விசிறிகொண்டு அவருக்கு வீசிக்கொண்டிருந்தான். புலவர் விழித்தெழுந்து நடந்ததை யறிந்து அரசனுடைய தமிழன்பை வியந்து பாடினார் (புறம் 50).

தகடூர் எறிந்த பெருஞ்சேரல் இரும்பொறை பதினேழு யாண்டு அரசாண்டான்.

3. சேரன் செங்குட்டுவன்

இவன், இமயவரன்பன் நெடுஞ்சேரலாதனின் மகன் என்பதையும் களங்காய்க் கண்ணி நார்முடிச்சேரலின் தம்பி என்பதையும் ஆடுகோட்பாட்டுச் சேரலாதனுக்கும் இளங்கோவடி களுக்கும் தமயன் என்பதையும் முன்னமே யறிந்தோம். தகடூர் எறிந்த பெருஞ்சேரல் இரும்பொறை இவனுடைய தாயாதி அண்ணன் என்பதையும் அறிந்தோம், நெடுஞ்சேரலாதனின் இரண்டு மனைவியரில் சோழன் மணக்கிள்ளியின் மகளான நற்சோணை இவனுடைய தாய். இளமையிலேயே இவன் சிறந்த வீரனாக விளங்கினான். இவன் தன் தந்தை, தமயன்மார்களின் ஆட்சிக் காலத்தில், இளவரசனாக இருந்த போதே, அவர்கள் செய்த போர்களில் இவனும் கலந்து கொண்டு பகைவருடன் போர் செய்திருக்கிறான். இவன் அரசாட்சிக்கு வந்தபோதும் பல போர்களைச் செய்து வெற்றி பெற்றான்.

செங்குட்டுவனுடைய தந்தையான நெடுஞ்சேரலாதன், தன் நாட்டுக்கு அருகிலே கடலில் இருந்த தீவு ஒன்றில் இருந்து கொண்டு, தனக்கு எதிராகக் குறும்பு செய்து கொண்டிருந்த பகைவரை வென்று அவருடைய காவல் மரமாகிய கடம்ப மரத்தை வெட்டி அதனால், முரசு செய்தான் என்று முன்னமே கூறினோம் (அகம் 127 : 3-5, 347 : 3-6; பதிற்றுப்பத்து 2ஆம் பத்து 1 : 2-16, 2 : 2-3, 7 : 4-7, 10 : 2-5; சிலம்பு 28 : 135 - 136). இந்தக் கடல்தீவுப் போர், நெடுஞ்சேரலாதன் காலத்தில் நிகழ்ந்தது. ஆனால், இந்தப் போரை முன்நின்று நடத்தி வெற்றி பெற்றவன், அக்காலத்தில் இளைஞனாக இருந்த செங்குட்டுவனே. இதற்குப் பல சான்றுகள் உள்ளன. இதனால், நெடுஞ்சேரலாதனுக்காக அவன் மகன் செங்குட்டுவன் இந்தப் போரை நடத்தி வென்றான் என்பது தெரிகின்றது.

பதிற்றுப்பத்து 5-ஆம் பத்து 5-ஆம் செய்யுளில் பரணர் என்னும் புலவர் இக்கடற்போர்ச் செய்தியை இவ்வாறு கூறுகிறார்:

தானைமன்னர்
இனியா ருளரோ நின் முன்னும் இல்லை
மழைகொளக் குறையாது புனல்புக நிறையாது
விலங்குவளி கடவும் துளங்கிருங் கமஞ்சூல்

வயங்குமணி யிமைப்பின் வேல் இடுபு
முழங்கு திரைப் பனிக்கடல் மறுத்திசி னோரே

என்று அவர் கூறுகிறார்.

“கடல் மறுத்திசினோராகிய தானைமன்னர் இனிவுயாருளரோ. நின் முன்னும் இல்லையெனக் கூட்டி வினைமுடிவு செய்க. கடல் மறுத்தல் என்றது கடலிற் புக்கு ஒருவினை செய்தற்கு அரி தென்பதனை மறுத்தலை” என்று இதற்கு விளக்கங் கூறுகிறது பதிற்றுப்பத்தின் பழைய உரை.

செங்குட்டுவன் காலத்திலும் அவனுடைய தந்தை நெடுஞ் சேரலாதன் காலத்திலும் இருந்த பரணரே, செங்குட்டுவன்தான் முதல்முதல் கடற்போர் செய்தான், அவனுக்கு முன்பு கடற்போர் செய்தவர் இலர் என்று கூறுகிற படியினாலே செங்குட்டுவன் இந்தக் கடற் போரைத் தன் தந்தை ஏவியபடி செய்தான் என்பது தெரிகின்றது. நெடுஞ்சேரலாதனை 2ஆம் பத்துப் பாடிய குமட்டூர்க் கண்ணனாரும் இக்கருத்தையே கூறுகிறார்.

பவர்மொசிந் தோம்பிய திரள்பூங் கடம்பின்
கடியுரை முழுமுதல் துமிய ஏஎய்
வென்றெறி முழங்குபனை செய்த வெல்போர்
நாரரி நறவின் ஆர மார்பின்
போரடு தானைச் சேரலாத (2-ஆம் பத்து 1 : 12-16)

என்று அவர் கூறுகிறார். இதில் ‘கடம்பின் கடியுடை முழு முதல் துமிய ஏஎய்’ என்று கூறுவது காண்க (ஏய்=ஏவி). தந்தை ஏவிய படி செங்குட்டுவன் இப்போரைச் செய்து வென்றான். இதனால் தான், கடற்போரை முதல்முதலாகச் செய்தவன் செங்குட்டுவன் என்று பரணர் கூறினார். கடற்போரைச் செய்த காலத்தில் செங்குட்டுவனுக்கு வயது 20 அல்லது 25 இருக்கும்.

அரபு நாட்டிலிருந்தும் எகிப்து, ரோமாபுரி முதலிய நாடு களிலிருந்தும் வாணிகத்தின் பொருட்டுக் கடல் வழியாக வந்த மரக்கலங்களைச் சேர நாட்டின் துறைமுகப்பட்டினங்களுக்கு வராதபடி இடை மறித்துத் தடுத்துக் கொள்ளையடித்துக் கொண்டிருந்த குறும்பர்களை அடக்குவதற்காக இப்போர் நடந்தது என்று கருதலாம். பிளினி என்னும் யவனர் இவ்விடத்தில் கடற்கொள்ளைக்காரர் இருந்தனர் என்று எழுதியுள்ளார். கடற்றீவிலிருந்த இந்தக் குறும்பர்கள் தங்களுக்குக் காவல் மரமாகக் கடம்ப மரத்தை வளர்த்திருந்தார்கள். அந்தக் காவல் மரத்தைத் தான் செங்குட்டுவன்

வெட்டினான். அந்தக் குறும்பர்கள், துளு நாட்டு நன்னனுக்கு அடங்கியிருந்த துளுவர் எனத் தோன்று கின்றனர்.

தந்தையும் மகனும் சேர்ந்து நடத்திய போர் ஆகையினாலே, கடம்பறுத்த செய்தி இருவர் மேலும் கூறப்படுகிறது. சேரன் செங்குட்டுவன் என்னும் நூலில் திரு.மு. இராகவையங்கார் அவர்கள், நெடுஞ்சேரலாதன் செய்த கடற்போர் வேறு, செங்குட்டுவன் செய்த கடற்போர் வேறு என்று பொருள்பட எழுதியிருப்பது தவறாகும்.

> **கடந்தடுதார்ச் சேரன் கடம்பெறிந்த வார்த்தை**
> **படர்ந்த நிலம் போர்த்த பாடலே பாடல்**
>
> **(சிலம்பு 29, வள்ளைப்பாட்டு, 3)**

என்றும்,

> **பொங்கிரும் பரப்பிற் கடல்பிறக் கோட்டிக்**
> **கங்கைப் பேரியாற் றுக் கரை போகிய**
> **செங்குட்டுவன் (சிலம்பு 30, கட்டுரை 12-14)**

என்று செங்குட்டுவன் செய்த கடற்போர்ச் செய்தி சிலப்பதி காரத்தில் கூறப்படுகிறது.

செங்குட்டுவனின் கடற் போரைப் பரணர் ஒரு செய்யுளில் உயர்வு நவிற்சியாக நயம்படக் கூறுகிறார். நிலத்திலே போர் செய்வதற்குப் பகையரசர் கிடைக்காத படியாலே செங்குட்டுவன் கடலில் சென்று போர் செய்தான் என்று அவர் கூறுகிறார்.

> **படைநிலா விலங்கும் கடல்மருள் தானை**
> **மட்டவிழ் தெரியல் மறப்போர்க் குட்டுவன்**
> **பொருமுரண் பெறாஅது விலங்குசினஞ் சிறந்து**
> **செருச்செய் முன்பொடு முந்நீர் முற்றி**
> **ஓங்குதிரைப் பௌவம் நீங்கவோட்டிய**
> **நீர் மாண் எஃகம் (அகம் 212 : 15-20)**

என்று அவர் கூறுகிறார்.

செங்குட்டுவனுடைய கடற்போர் அவனுக்குப் பெரும்புகழை உண்டாக்கிற்று,

> **கடம் பெறிந்த வாபாடி ஆடாமோ ஊசல்**
>
> **(சிலம்பு 29, ஊசல்வரி)**

என்றும்,

> **பொங்கிரும் பரப்பிற் கடல்பிறக் கோட்டிக்**
> **கங்கைப் பேரியாற்றுக் கரைபோகிய செங்குட்டுவன்**
>
> **(சிலம்பு 30, கட்டுரை, 12-14)**

என்றும்,

> **நீர்புக்குக்**
> **கடலொடு உழந்த பனித்துறைப் பரதவ (5ஆம் பத்து 8 : 3-4)**

என்றும் இவன் புகழப்படுகிறான். கடற்போரில் வெற்றி பெற்ற படியால் இவன் கடல் பிறக்கோட்டிய செங்குட்டுவன் என்றும் சேரமான் கடலோட்டிய வேல்கெழு குட்டுவன் என்றும் சிறப்புப் பெயர் பெற்றான்.

செங்குட்டுவனின் தமயனான களங்காய்க்கண்ணி நார்முடிச் சேரலின் அரசாட்சிக்காலத்தில் கொங்காணத்து (துளு நாட்டு) நன்னனுடன் போர் நடந்தது. அப்போர் நிலைச் செருவாகப் பல காலம் நடந்தது. அந்தப் போரிலும் செங்குட்டுவன் தன் தமயன் சார்பாகப் போர் செய்து வெற்றி பெற்றான்.

கொங்காணத்து (துளு நாட்டு) நன்னனுடன் இவர்கள் போர் செய்ததற்கு இரண்டு காரணங்கள் உண்டு. முதலாவது காரணம், சேரர்களுக்கு உரியதாயிருந்த பூழி நாட்டை நன்னன் கைப்பற்றிக் கொண்டது. இரண்டாவது காரணம், சேரர், கொங்கு நாட்டின் தென் பகுதிகளைக் கைப்பற்றிக் கொண்டிருக்கும் போது, நன்னன் கொங்கு நாட்டின் வடபகுதிகளைக் கைப்பற்றிக் கொண்டிருந் தான். நன்னனின் ஆக்கமும் உயர்வும் சேரர்களுக்கு ஆபத்தாக இருந்தது - இக்காலங்களினால் நார்முடிச் சேரல் துளு நாட்டு நன்னனுடன் போர் செய்தான். சேரர், துளு நாட்டை மூன்று பக்கங்களிலிருந்து தாக்கினார்கள். துளு நாட்டின் தெற்குப் பக்கத்திலிருந்து நார்முடிச்சேரல் தாக்கினான். கிழக்குப் பக்கத்தி லிருந்து அவன் தம்பி ஆடுகோட்பாட்டுச் சேரலாதன் தாக்கினான். மேற்குப் பக்கத்தில் கடற்கரையோரமாகச் செங்குட்டுவன் தாக்கி னான். துளு நாட்டு நன்னனும் சேனை பலமுள்ளவன். ஆகையால் அவன் இவர்களைக் கடுமையாக எதிர்த்தான். இப்போர் நிலைச்செருவாகப் பலகாலம் நடந்தது என்பதை முன்னமே கூறினோம். மேற்குக் கடற்கரைப் பக்கமாகப் போர் செய்த செங்குட்டுவன் துளு நாட்டுக் கடற்கரைப் பக்கத்திலிருந்த வியலூர், கொடுகூர் என்னும் ஊர்களை வென்று கைப்பற்றினான்.

உறுபுலி அன்ன வயவர் வீழச்
சிறுகுரல் நெய்தல் வியலர் நூறி
அக்கரை நண்ணிக் கொடுகூர் எறிந்து

(பதிற்று. 5ஆம் பத்து, பதிகம்)

என்று பரணரும்,

கறிவளர் சிலம்பில் துஞ்சும் யானையின்
சிறுகுரல் நெய்தல் வியலூர் எறிந்தபின்

(சிலம்பு 28 : 114 - 115)

என்று இளங்கோவடிகளும் இச்செய்தியைக் கூறுகிறார்கள்.

வியலூர் துளு நாட்டில் இருந்தது என்பதை மாமூலனார் என்னும் புலவர்,

சேர அரசர் பரம்பரை
(பதிற்றுப்பத்துப் பதிகத்தின்படி)

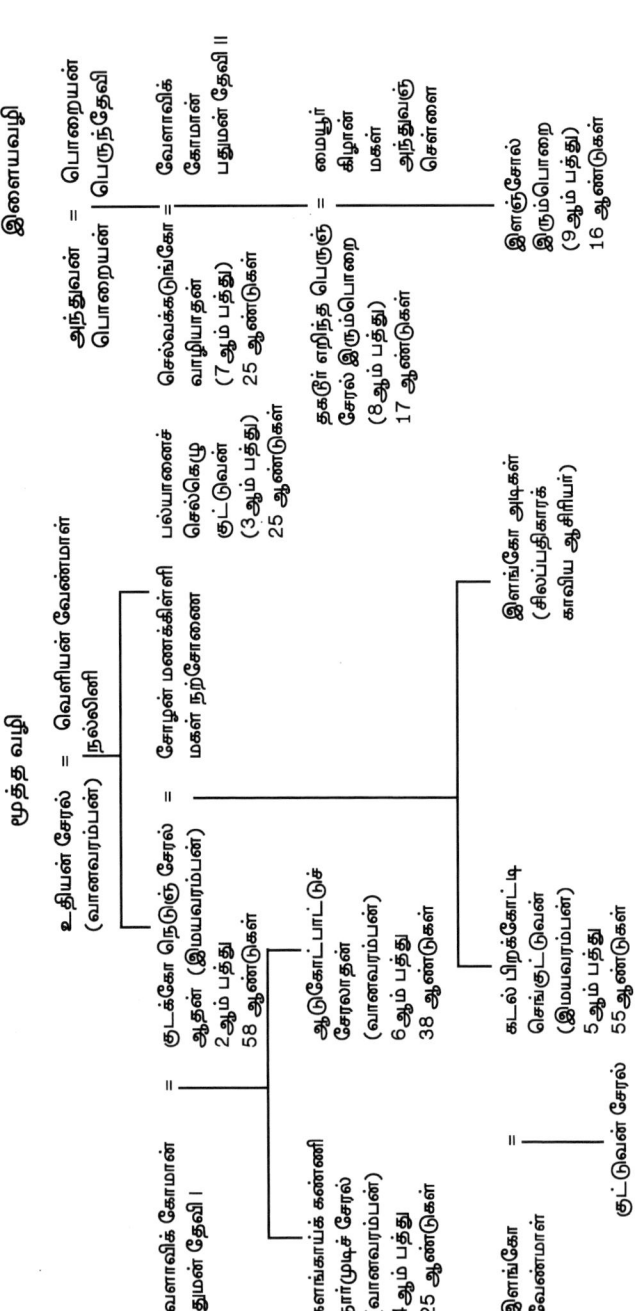

> அகவுநர்ப் புரந்த அன்பிற் கழல்தொடி
> நறவுமகி ழிருக்கை நன்ன வேண்மான்
> வயலை வேலி வியலூர் (அகம் 97 : 11-13)

என்று கூறினார்.

சேர அரசர்கள் கொங்கு நாட்டைக் கொஞ்சங் கொஞ்சமாக் கைப்பற்றினார்கள் என்று முன்னமே கூறினோம். கொங்கு நாட்டில் பேரரசன் இல்லாமல் சிறுசிறு குறுநில மன்னர்கள் இருந்தபடியால் அவர்களைச் சேரர் எளிதாக வென்று அந் நாட்டைக் கைப்பற்றிக் கொண்டிருந்தார்கள். அப்போது சோழ பாண்டிய அரசர் வாளா இருக்கவில்லை. கொங்கு நாட்டுச் சிற்றரசர்களுக்கு உதவியாக இருந்து சோழரும் பாண்டியரும், சேரர் கொங்கு நாட்டைக் கைப்பற்றாதபடி தடுத்து வந்தார்கள். அதனால் சோழ பாண்டியருடன் சேர அரசர் போர் செய்ய வேண்டியதாயிற்று. செங்குட்டுவனுடைய பங்காளித் தமயனான தகடூர் எறிந்த பெருஞ் சேரலிரும்பொறை கொங்கு நாட்டைக் கைப்பற்றிக் கொண்டிருந்த போது, சோழ பாண்டியர் கொங் கருடன் ஒன்று சேர்ந்து அவனை எதிர்த்தார்கள். அப்போது செங்குட்டுவன், அண்ணனான பெருஞ்சேரலிரும் பொறைக்கு உதவியாகச் சென்று சோழ பாண்டியனுடன் போர் செய்து வென்றான். இச்செய்தியை இளங்கோவடிகள்,

> நும்போல் வேந்தர் நும்மோ டிகலிக்
> கொங்கர் செங்களத்துக் கொடுவரிக் கயற்கொடி
> பகைபுறத்துத் தந்தனர் ஆயினும் ஆங்கவை
> திசைமுக வேழத்தின் செவியகம் புக்கன
> (சிலம்பு 25 : 152 - 158)

என்றும்,

> கொங்கணர் கலிங்கர் கொடுங்கரு நாடர்
> பங்களர் கங்கர் பல்வேற் கட்டியர்
> வடவாரிய ரொடு வண்டமிழ் மயக்கத்துன்
> கடமலை வேட்டம் கட்புலம் பிரியாது
> (சிலம்பு 25 : 156-159)

என்றும் அமைச்சனாகிய வில்லவன் கோதை கூறியதாகச் சிலப்பதிகாரம் கூறுவது காண்க. இப்போரில் கொங்கணர், கலிங்கர், கருநாடர், பங்களர், கங்கர், கட்டியர், ஆரியர் ஆகிய பல நாட்டு வீரர்கள் போர் செய்தது கூறப்படுகிறது. இதில் கூறப்பட்ட பங்களர், கட்டியர், கங்கர் என்பவர்கள் அக்காலத்துத் தமிழகத்தின் எல்லைப் புறத்தில் இருந்தவராவர். பங்களர் என்பவர் பங்கள நாட்டவர். பங்கள நாடு, வேங்கடமலைக்கு மேற்கே இருந்த தமிழகத்தின் எல்லைப்புற நாடு. பங்கள நாட்டைப் பற்றிய சாசன எழுத்துக்கள் சில தமிழில்

கிடைத்துள்ளன. இந்தப் பங்களரைப் பங்களார் (வங்காளர்) என்று தவறாகக் கருதிக் கொண்டு பங்காளர் என்னும் பெயரைக் கூறுகிற சிலப்பதிகாரம் பிற்காலத்தில் எழுதப்பட்ட நூல், சங்ககாலத்து நூல் அன்று என்று பிழையான கருத்துத் திரு.வையாபுரிப் பிள்ளை, நீலகண்ட சாஸ்திரி போன்ற அறிஞர்கள் தவறாக எழுதியுள்ளார்கள் (இவர்களின் தவறான முடிபை முன்பு ஒரு கட்டுரையில் மறுத்து எழுதியிருக்கிறேன்).

செங்குட்டுவன் செய்த போர்களில் மற்றொரு போர், பேர்பெற்ற மோகூர்ப் போர். மோகூர் என்பது பாண்டி நாட்டில் மதுரைக்கு வடகிழக்கே 7 மைல் தூரத்தில் இருக்கிறது. இது பிற்காலத்தில் வைணவத் திருப்பதிகளில் ஒன்றாகத் திருமோகூர் என்று பெயர் பெற்று விளங்குகிறது. மோகூரைப் பழையன் என்னும் குடிப் பெயரையுடைய சிற்றரசர் பரம்பரையாக ஆண்டு கொண்டிருந்தார்கள். அவர்கள் பாண்டிய அரசர்களின் சேனைத் தலைவராக இருந்தவர்கள். அந்தப் பழையர்களில் ஒருவன் அறுகை என்னும் வீரனை வென்று புகழ் பெற்றிருந்தான். தோல்வி யடைந்த அறுகையின் சார்பாகச் செங்குட்டுவன் மோகூரின் மேல் படையெடுத்துச் சென்று, பழையனுடன் போர் செய்து வென்று, அவனுடைய காவல்மரமாக இருந்த வேப்பமரத்தை வெட்டி, அதனால் முரசு செய்தான். செங்குட்டுவனுடைய இந்த மோகூர்ப் போர் வெற்றியை 5-ஆம் பத்தில் பரணர் பாடுகிறார்:

நுண்கொடி யுழிஞை வெல்போர் அறுகை
சேணன் ஆயினும் கேள்என மொழிந்து
புலம்பெயர்ந் தொளித்த களையாப் பூசற்கு
அரண்கள் தாவுநீஇ யணங்குநிகழ்ந்த தன்ன
மோகூர் மன்னன் முரசங் கொண்டு
நெடுமொழி பணித்தவன் வேம்புமுதல் தடிந்து
முரசுசெய முரற்சிக் களிறுபல பூட்டி
ஒழுகை யுய்த்த கொழுவில் பைந்துணி

(5-ஆம் பத்து 4 : 10-17)

என்றும்,

வெல்போர் வேந்தரும் வேளிரும் ஒன்று மொழிந்து
மொய்வளம் செருக்கி மொசிந்துவரு மோகூர்
வலம்படு குழூஉநிலை அதிர மண்டி

....

படுபிணம் பிறங்கப் பாழ்பல செய்து
படுகண் முரசம் நடுவட் சிலைப்ப

வளனற நிகழ்ந்து வாழுநர் பலர்படக்
கருஞ்சினை விறல்வேம் பறுத்த
பெருஞ்சினக் குட்டுவன் (5-ஆம் பத்து, 9 : 7-17)

என்றும்,

பழையன் காக்கும் கருஞ்சினை வேம்பின்
முரரை முழுமுதல் துமியப் பண்ணி
வாலிழை கழிந்த நறும்பல் பெண்டிர்
பல்லிருங் கூந்தல் முரற்சியால்
குஞ்சர ஒழுகை பூட்டி (5-ஆம் பத்து, பதிகம் 13-17)

என்றும் இப்போர்ச் செய்தி கூறப்படுகிறது.

(பழைய உரை: "வாலிழை கழிந்த பெண்டிர் என்றது அப்பழையன் பெண்டிரை; கூந்தல் முரற்சி என்றது, அவர் கூந்தலை அரிந்து திரித்த கயிற்றினை; குஞ்சர ஒழுகை பூட்டியது அப்பழையன் வேம்பினை ஏற்றிக் கொண்டு போதற்கு").

பழையன் காக்கும் குழைபயில் நெடுங்கோட்டு
வேம்பு முதல் தடிந்த ஏந்துவாள் வலத்துப்
போந்தைக் கண்ணி பொறைய (சிலம்பு 27 : 124-126)

என்று இப்போர்ச் செய்தியை இளங்கோவடிகள் கூறுகிறார். செங்குட்டுவனுடைய மோகூர்ப் போர் இவ்வளவு பெருமை யடைந்ததற்குக் காரணம் என்ன வென்றால், மோகூர் பழையனுக்கு உதவியாகப் பாண்டியனும் சோழனும் வேறு சில வேளிர்களும் வந்து செங்குட்டுவனுடன் போர் செய்தபடியால் தான். ஆகவே, செங்குட்டுவன் பலமான எதிர்ப்பைத் தாங்கி வெல்ல வேண்டிய தாயிருந்தது.

குறிப்பு : மோகூரின் மேல் மோரியர் படையெடுத்து வந்து போர் செய்தனர் என்றும் கூறப்படுகிறது. வம்பமோரியர், மோகூரின் மேல் படையெடுத்து வந்ததற்குச் சான்று மாமூல னாரின் அகப்பாட்டு (அகம். 251). இச்செய்யுளில் மாமூலனார்,

வெல் கொடித்
துனைகா லன்ன புனைதேர்க் கோசர்
தொன்மூ தாலத் தரும்பணைப் பொதியில்
இன்னிசை முரசங் கடிப்பிகுத் திரங்கத்
தெம்முனை சிதைத்த ஞான்றை மோகூர்
பணியா மையிற் பகைதலை வந்த
மாகெழு தானை வம்ப மோரியர்

புனைதேர் நே யுருளிய குறைத்த
இலங்குவெள் ளருவிய அறைவாய் உம்பர் (அகம். 251 : 6-14)

என்று கூறுகிறார். மோரியர் (மௌரியர்) மோகூரின் மேல் படையெடுத்து வந்ததைப் பற்றி (அகம் 281 : 7-12, 69 : 10-12, 62 : 10-11; புறம் 175 : 6-8) வேறு சில செய்யுட்களும் கூறுகின்றன. ஆனால், இச்செய்யுட்கள் மௌரியரைக் கூறுகின்றன; மோகூரைக் கூறவில்லை. மோரியர், மோகூரின் மேல் படை யெடுத்து வந்த செய்தியைக் கூறுவது மாமூலனாரின் ஒரே ஒரு செய்யுள் மட்டுந்தான். அச்செய்யுட் பகுதி மேலே காட்டப்பட்டது.

மோரியர் மோகூரின்மேல் படையெடுத்து வந்தது பற்றிப் பல அறிஞர்கள் ஆராய்ந்து பல கட்டுரைகள் எழுதியிருக் கிறார்கள். பி.டி. சீநிவாச அய்யங்கார், டாக்டர் எஸ். கிருஷ்ண சாமி அய்யங்கார், மு. இராகவையங்கார் கே.ஏ. நீலகண்ட சாஸ்திரியார், இலக்கண விளக்கப் பரம்பரை சோமசுந்தர தேசிகர், இராமச்சந்திர தீக்ஷிதர் முதலிய பல அறிஞர்கள் இது பற்றி எழுதியிருக்கிறார்கள். திரு. மு. இராகவையங்கார் அவர்கள் தாம் எழுதிய சேரன் செங்குட்டுவன் என்னும் நூலில், மோகூர் - மௌரியர் போரைப் பற்றி இவ்வாறு எழுதியுள்ளார்: “மோரிய வரசர் திக்குவிசயஞ் செய்து கொண்டு தென்றிசை நோக்கி வந்தபோது, இப்பழையன் அவர்களுக்குப் பணியாமையால், அவர்க்கும் இவனுக்கும் பெரும்போர் நிகழ்ந்ததென்று தெரிகின்றது” என்று எழுயிருக்கிறார். மற்றும் பல அறிஞர்கள் இது பற்றிப் பல கருத்துக்களை எழுதி வெளியிட்டிருக்கிறார்கள். அவை எல்லாம் தவறானவை. மாமூலனார் செய்யுளில் ஒரே ஒரு எழுத்துப் பிழை ஏடெழுதுவோரால் நிகழ்ந்துவிட்டது என்று நான் கருதுகிறேன்.

மோகர் என்று எழுதப்பட வேண்டியது மோகூர் என்று எழுதியதுதான் அந்தப் பிழை என்று கருதுகிறேன்.

தெம்முனை சிதைத்த ஞான்றை மோகர்
பணியா மையிற் பகைதலை வந்த
மாகெழுதானை வம்ப மோரியர்

என்று அது இருக்க வேண்டும. மோகர் பணியானயின் என்று இருக்க வேண்டிய சொல் மோகூர் பணியாமையின் என்று ஏடெழுதுவோரால் பிழையாக எழுதப்பட்டிருக்க வேண்டும். மோகர் என்பவர் கொங்கண நாட்டின் (துளு நாட்டின்) கடற்கரையோரத்தில் வாழ்ந்திருந்த போர்ப் பிரியராகிய ஓர் இனத்தார். அவர்கள் மீன் பிடிக்கும் தொழிலைச் செய்திருந்தனர். அவர்களுடைய சந்ததியார் இன்றும் மோகர் என்னும் அந்தப் பெயருடனே துளு நாட்டில் (தென் கன்னட மாவட்டம்) இருக்கிறார்கள். (See Thurston’s Caste and Tribes of

South India) பாண்டி நாட்டிலும் பரதவர் என்னும் இனத்தார் போர் விருப்பமுடையவராகப் பாண்டியனுக்கு அடங்காமல் குறும்பு செய்து கொண்டிருந்தபோது அவர்களை நெடுஞ்செழியன் வென்று அடக்கினான் என்பதை அறிகிறோம். இதை "மதுரைக் காஞ்சி தென்பரதவர் மிடல்சாய" என்று கூறுகிறது. அது போன்ற, துளு நாட்டு மோகர் பணியாமையினால் அவர்களை வெல்வதற்கு மோரியப் படை வந்தது. இச்செய்தியைத்தான் மாமூலனார் தம் செய்யுளில் கூறினார். மோகர் என்னுஞ் சொல் மோகூர் என்று தவறாக எழுதப்பட்டபடியால், அது பல ஆராய்ச்சிக்கு இடங் கொடுத்துப் பலப்பல முடிவுக்கு இடமாயிற்று. இது பற்றி விரிவாக எழுதுவதற்கு இது இடமன்று.

சோழ நாட்டிலும் செங்குட்டுவன் ஒரு போரை வென்றான் என்று 5-ஆம் பத்துப் பதிகம் கூறுகிறது.

வெந்திறல்
ஆராச் செருவிற் சோழர்குடிக் குரியோர்
ஒன்பதின்மர் வீழ வாயிற்புறத் திறத்து
நிலைச் செருவின் ஆற்றலை யறுத்து (பதிகம் 17-20)

(குடிக்குரியோர் என்றது அரசிற்குரியாரை என்று பழையவுரை விளக்கங்கூறுகிறது). சோழன் கரிகாலன் இறந்த பிறகு அவன் மகனான கிள்ளிவளவன் முடி சூடியபோது சோழ அரசர் குடியில் பிறந்த தாயாதிகள் ஒன்பது பேர் முன்வந்து தங்களுக்கு ஆட்சியுரிமையுண்டென்று குழப்பம் உண்டாக்கினார்கள். அதனால் சோழ நாட்டில் உள்நாட்டுப் போர் நடந்தது. அது நிலைச்செருவாக நீண்டு நடந்தது. அப்போது செங்குட்டுவன், தன் மைத்துனனான கிள்ளிவளவன் சார்பாக ஒன்பது அரசருடனும் போர் செய்து வென்று ஆட்சியைக் கிள்ளிவளவனுக்குக் கொடுத்தான். இதனைச் சிலப்பதிகாரமும் கூறுகிறது.

மைத்துன வளவன் கிள்ளியொடு பொருந்தா
ஒத்த பண்பினர் ஒன்பது மன்னர்
இளவரசு பொறாஅர் ஏவல் கேளார்
வளநா டழிக்கும் மாண்பினர் ஆதலின்
ஒன்பது குடையும் ஒருபகல் அழித்தவன்
பொன்புனை திகிரி ஒருவழிப் படுத்தோய்

(சிலம்பு, நீர்ப்படை 118-123)

என்றும்,

ஆர்புனை தெரியல் ஒன்பது மன்னரை
நேரிவாயில் நிலைச்செரு வென்று **(சிலம்பு, நடுகல் 116-117)**

என்றும் கூறுவது காண்க. (நேரிவாயில் - உறையூர் தெற்கில் வாயிலதோர் ஊர்: அரும்பதவுரை)

செங்குட்டுவன் வடநாடு சென்றபோது கங்கைக் கரையிலே போர் செய்திருக்கிறான். கங்கைக் கரையில் இவன் இரண்டு போர்களைச் செய்தான் என்பதைச் சிலப்பதிகாரத்தினால் அறியலாம். ஒன்று செங்குட்டுவன் தன் தாயைக் கங்கை நீராட்டக் கொண்டு போன போது நிகழ்ந்தது. மற்றொரு போர், அவன் கண்ணகிக்கு இமயத்தில் கல்லெடுக்கச் சென்றபோது நிகழ்ந்தது. அவற்றைப் பற்றி ஆராய்வோம்.

கங்கைப் பேர்யாற்றுக் கடும்புனல் நீத்தம்
எங்கோ மகளை யாட்டிய அந்நாள்
ஆரியமன்னர் ஈரைஞ் ஞூற்றுவர்க்
கொருநீ யாகிய செருவெங் கோலம்
கண்விழித்துக் கண்டது கடுங்கட் கூற்றம்

(சிலம்பு, காட்சி 160-165)

என்று சிலப்பதிகாரம் கூறுகிறது.

இதனால், தன் தந்தை நெடுஞ்சேரலாதன் போர்க்களத்தில் புண்பட்டுக் கிடந்து இறந்த பிறகு, இவன் தன் தாயைக் கங்கைக் கரைக்கு அழைத்துச் சென்றதும் அவ்வமயம் அங்கிருந்த அரசர் களுடன் போர் செய்ய நேரிட்டுப் போர் செய்து வென்றதும் அறியப்படுகிறது. இந்தச் செய்தியைப் பற்றி திரு.மு.இராகவையங் கார் தாம் எழுதிய சேரன்செங்குட்டுவன் தந்தை நெடுஞ்சேரலாதன், முற்கூறியபடி பெருவிறற்கிள்ளியுடன் பொருது இறந்தபோது, அவன் மனைவியரும் உடனுயிர் நீத்தனர் என்பது புறநானூற்றின் 62-ஆம் பாடலாற் புலப்படுகின்றது. இதனால், செங்குட்டுவன் தாய் நற்சோணையும் தன் கணவன் சேரலாதனுடன் சககமனஞ் செய்தவள் என்பது பெறப்படும்; ஆயின், அத்தாயின் பொருட்டு அமைத்த பத்தினிப் படிமத்தை (உடன் கட்டையேறிய பத்தினியின் உருவம் வரைந்த சிலை) செங்குட்டுவன் கங்கை நீராட்டச் சென்றவனாதல் வேண்டும். கங்கைக்கரையில் செங்குட்டுவன் நிகழ்த்திய இவ்வரிய செயல் அவனது கன்னிப் போராகக் கருதப்படுகின்றது.'

ஐயங்கார் அவர்கள் கூறுவதுபோல உடன்கட்டை ஏறித் தீக்குளித்த செய்தி புறம் 62-ஆம் செய்யுளில் கூறப்படவில்லை. குடக்கோ நெடுஞ்சேரலாதனும் வேற்பஃறடக்கைப் பெருநற்கிள்ளி யும் போரில் பொருது இருவரும் புண்பட்டு விழுந்து சிலகாலம் உயிர் போகாமல் கிடந்தனர். அப்போது அம்மன்னரின் மனைவியர் அவர்களைத் தழுவிக்கொண்டு வருந்தினார்கள் என்பதே அச்செய்யுளின் வாசகம்.

இடங்கெட ஈண்டிய வியன்கட் பாசறைக்
களங்கொளற் குரியோர் இன்றித் தெருவர

உடன்வீழ்ந் தன்றால் அமரே பெண்டிரும்
பாசடகு மிசையார் பனிநீர் மூழ்கார்
மார்பகம் பொருந்தி யாங்க மைந்தனரே (புறம் 62 : 11-15)

என்று அச்செய்யுள் கூறுகிறது. இதில், அவர் மனைவியர் தீக்குளித்த செய்தி கூறப்படவில்லை. அக்காலத்தில், அரசியர், இறந்த கணவருடன் உடன்கட்டை ஏறவேண்டும் என்னும் கட்டாயமும் இல்லை. விரும்பினால் தீப்பாயலாம் என்பதே அக்காலத்து வழக்கம். ஐயங்கார் அவர்கள் கூறுவது போல, செங்குட்டுவன் தாய் தீப்பாய்ந்து இறக்க, அவருடைய எலும்பை அல்லது உருவச்சிலையைச் செங்குட்டுவன் கங்கையில் கொண்டு போய் நீராட்டினான் என்று கொண்டாலும் இழுக்கில்லை. ஆனால், இதுபற்றித் திரு. நீலகண்ட சாஸ்திரியார் கூறுவதுதான் வியப்பாக இருக்கிறது.

மேலே காட்டிய புறம் 62-ஆம் செய்யுள், நெடுஞ்சேரலாதன் இறந்தபோது அவன் மனைவியும் உடன்கட்டை ஏறி இறந்தார் என்று கூறுவதாகச் சாஸ்திரியாரும் கருதுகிறார். கருதுவதோடு அமையாமல், சிலப்பதிகாரம் கூறுகிற செய்தி, அதாவது செங்குட்டவன் தன் தாயைக் கங்கைக்கு நீராட்டச் சென்ற செய்தி பொய்யான கட்டுக்கதை என்று கூறுகிறார். அதற்கு இவர் அரும்பதவுரையாசிரியர் எழுதியதை ஆதாரம் காட்டுகிறார்.

கங்கைப் பேர்யாற்றுக் கடும்புனல் நீத்தம்
எங்கோமகளை யாட்டிய அந்நாள்

என்று சிலம்பு (காட்சிக்காதை 160 - 161) அடிகளுக்கு உரை எழுதுகிற அரும்பத உரையாசிரியர், "எங்கோமக ளென்றது, செங்குட்டுவன் மாதாவை; அவளை இவன் கொண்டு போய்த் தீர்த்தமாட்டினதொரு கதை" என்று எழுதுகிறார். அரும்பத உரை யாசிரியர், தீர்த்தமாட்டின தொருகதை என்று எழுதியிருப்பதை நீலகண்ட சாஸ்திரியார், அது பொய்க் கதையென்ற அரும்பத உரையாசிரியர் வறியதாகப் பொருள் செய்து கொண்டார். (A Comprehensive History of India, Vol. Two, 1957, P. 524). சரித்திரங்களை யும் கதை என்று கூறுவது அக்காலத்து வழக்கம். தேசிங்குராஜன் கதை, கட்டபொம்மன் கதை, முத்துப்பட்டன் கதை, மதுரைவீரன் கதை என்றுதான் கூறப்படுகிறதே தவிர, தேசிங்குராஜன் சரித்திரம், கட்டபொம்மன் சரித்திரம், முத்துப்பட்டன் சரித்திரம் என்று கூறப்படவில்லை. கதை என்று கூறப்படுவதனாலே தேசிங்குராஜன், கட்டபொம்மன் முதலியவர்களைப் பொய்யாகப் புனைந்துரைக்கப்பட்ட கதாபாத்திரங்கள் என்று சாஸ்திரியார் கருதுகிறாரா? இராமாயணக் கதை, பாரதக் கதை என்றுதான் வழங்கப்படுகின்றன. அவையும்இந்தியச் சரித்திரத்தில் இடம் பெற்றள்ளன. அரும்

பதவுரையாசிரியர் கதை என்று எழுதியதன் கருத்து 'ஒரு வரலாறு' என்னும் பொருளுடைய. சாஸ்திரியார் கருதுவதுபோல பொய்க்கதை என்று பொருள் கொள்வது தவறு. அது உண்மைச் செய்தியே.

செங்குட்டுவன் தன் தாயை உயிருடன் கங்கைக் கரைக்கு நீராட்ட அழைத்துச் சென்றிருந்தாலும் அல்லது இறந்துபோன அவள் எலும்புகளைக் கங்கையில் போடச் சென்றிருந்தாலும் அவன் அதன் பொருட்டுக் கங்கைக்குச் சென்றது உண்மையே. செங்குட்டுவனின் தம்பியாகிய இளங்கோ அடிகளே இதனைக் கூறுவதனால் இதை உண்மை என்றே கொள்ளலாம். சாஸ்திரியார், சிலப்பதிகாரத்தைப் புனைகதை என்று கூறுவதற்கு எத்தனையோ தவறான சான்றுகளைக் காட்டுகிற வகையில் இதையும் ஒரு சான்றாகக் கொண்டார். எனவே, செங்குட்டுவன் கங்கையில் நீராட்டினான் என்பது நிகழ்ந்திருக்கக்கூடிய நிகழ்ச்சியே. இது செங்குட்டுவன் இளவரசனாக இருந்த காலத்தில் நிகழ்ந்த நிகழ்ச்சி.

செங்குட்டுவன் தன் முதிர்ந்த வயதில் இரண்டாம் முறையாகக் கங்கைக்குச் சென்றது கண்ணகி சிலை செய்யக் கல்கொண்டுவருவதற்காக வடநாடு சென்ற போது. இச்செய்தியை இவன்மேல் பாடப்பட்ட 5-ஆம் பத்துப் பதிகம் கூறுகிறது.

கடவுட் பத்தினிக் கற்கோள் வேண்டிக்
கானவில் கானங் கணையிற் போகி
ஆரிய வண்ணலை வீட்டிப் பேரிசை
இன்பல் அருவிக் கங்கை மண்ணி (5-ஆம் பத்து, பதிகம்)

என்று பதிகம் கூறுகிறது.

இதிலும் திரு. கே.எ. நீலகண்ட சாஸ்திரியார் குறை காண்கிறார். சிலப்பதிகாரம் நிகழ்ச்சிகளை அழகுபடுத்தி அலங்கரித்துக் கூறுகிறது என்று இவர்குறை கூறுகிறார். ஒரு ஆரிய அரசனை வென்றதை ஆயிரம் அரசரை வென்றதாகச் சிலப்பதிகாரம் கூறுகிறது என்று சுட்டிக் காட்டுகிறார். சிலப்பதிகாரம் சரித்திர வரலாற்றைக் கூறுகிற காவிய நூல் என்பதைச் சாஸ்திரியார் மறந்துவிட்டு, அதைச் சரித்திரத்தை மட்டும் கூறுகிற தனி வரலாற்று நூல் என்ற கருதிக் கொண்டு இவ்வாறெல்லாம் குறை காண்கிறார். காவிய நூலில் அலங்காரங்களும் கற்பனைகளும் இல்லாமற் போனால் அழகுபடுமோ? சரித்திர ஆராய்ச்சி செய்கிறவர் காவிய நூலிலே கற்பனைகளைத் தள்ளி விட்டு வரலாற்றை மட்டுங் கொள்ள வேண்டும்.

செங்குட்டுவன் கண்ணகிச் சிலைக்காக வடநாடு சென்றதும் கங்கையில் அச்சிலையை நீராட்டியதும் முதலிய செய்திகள், அவனைப் பரணர் பாடிய 5-ஆம் பத்தில் கூறப்படவில்லை. பதிகம்

மட்டும் கூறுகிறது. ஏன் பரணர் கூறவில்லையென்றால், அவர் செங்குட்டுவன் மேல் 5-ஆம் பத்துப் பாடியபோது இந்நிகழ்ச்சிகள் நிகழவில்லை. அப்புலவர் செங்குட்டுவனுடைய தந்தை, பாட்டன் காலத்திலும் இருந்தவர். அவர் செங்குட்டுவனைப் பாடியபோது மிகுந்த வயதுள்ளவராக இருந்தார். இந்நிகழ்ச்சிகள் செங்குட்டு வனுடைய பிற்கால வாழ்க்கையில் நிகழ்ந்தவை. அப்போது பரணர் இறந்து போனார்.

சேர அரசர் தக்காண தேசத்தை யாண்ட சதகர்ணி அரசருடன் நட்புக் கொண்டிருந்தார்கள் என்பதை முன்னமே கூறினோம். செங்குட்டுவனும் சதகர்ணி (நூற்றுவர் கன்னர்) அரசருடன் நட்பாக இருந்தான். அவன் பத்தினிச்சிலைக்குக் கல் கொண்டுவர வடநாடு செல்லவிருப்பதைக் கேள்விப்பட்ட சதகர்ணியரசர் (நூற்றுவர் கன்னர்) நீர் இமயம் போக வேண்டாம். உமக்கு வேண்டியதை நாங்கள் செய்து தருகிறோம்' என்று தங்கள் தூதுவர் மூலம் சொல்லியனுப்பினார்கள்.

வேற்றுமை இன்றி நின்னொடு கலந்த
நூற்றுவர் கன்னரும் கோற்றொழில் வேந்தே
வடதிசை மருங்கின் வானவன் பெயர்வது
கடவுள் எழுதவோர் கற்கே யாயின்
ஓங்கிய விமயத்துக் கற்கால் கொண்டு
வீங்கு நீர்க் கங்கை நீர்ப்படை செய்தாங்கு
யாந்தரும் ஆற்றலம் என்றனர் என்று
வீங்குநீர் ஞாலம் ஆள்வோய் வாழ்கஎன

(சிலம்பு, கால்கோள் 148-155)

அதுகேட்ட செங்குட்டுவன் தான் மற்றொரு காரியத்துக்காக வும் வடநாடு போவதாக அவர்களுக்குத் தெரிவித்துக் கங்கை யாற்றைக் கடந்து போவதற்குத் தோணிப்பாலம் முதலியன செய்து தரும்படித் தூதுவர் மூலம் சதகர்ணியரசருக்குக் கூறினான்.

நூற்றவர் கன்னர்க்குச் சாற்றி யாங்குக்
கங்கைப் பேர்யாறு கடத்தற் காவன
வங்கப் பெருநிரை செய்தாம் **(சிலம்பு, கால்கோள் 164-165)**

என்று தூதுவர் மூலம் நூற்றுவர்கன்னர்க்குச் செய்தி சொல்லியனுப்பியதாகச் சிலம்பு கூறுகிறது.

இவன் விரும்பியவாறே நூற்றுவர்கன்னர் கங்கை யாற்றில் தோணிப்பாலம் அமைத்துத் தந்தனர்; இவன் தன் சேனைகளுடன் அப்பாலத்தைக் கடந்து இமயஞ் சென்றான்.

பாடி யிருக்கை நீங்கிப் பெயர்ந்து
கங்கைப் பேரியாற்றுக் கன்னரிற்பெற்ற
வங்கப் பரப்பின் வடமருங் கெய்தி

(சிலம்பு, கால்கோள் 175-177)

என்று சிலப்பதிகாரம் கூறுகிறது.

எனவே, செங்குட்டுவன் இமயமலைக்குச் சென்றபோது பேரரசராகிய சதகர்ணியரசரின் உதவிபெற்றுச் சென்றான் என்பதும், அவ்வரசர்கள் இவனுடன் நட்பினராக இருந்தார்கள் என்பதும் தெரிகின்றன.

கடல்பிறக்கோட்டிய செங்குட்டுவன் ஐம்பத்தைந்து ஆண்டு வீற்றிருந்தான். இவன் இளவரசுப் பட்டங் கொண்டது முதல் இவ்வாண்டுகள் கணக்கிடப்பட்டன என்று தோன்றுகின்றது.

செங்குட்டுவன் மீது 5-ஆம் பத்துப் பாடிய புலவர் பரணர் என்பவர். இதன்பொருட்டு இவர் பெற்ற பரிசில், உம்பற்காட்டு வாரியையும் செங்குட்டுவனுடைய மகனான குட்டுவன் சேரலையும் பெற்றார். செங்குடுட்டுவன் தன் மகனான குட்டுவன் சேரலைப் பரணருக்குக் கொடுத்தான் என்றால், அவனை அவருடைய மாணவனாகக் கொடுத்தான் என்பது பொருள். எனவே, பரணரிடம் செங்குட்டுவன் மகன் குட்டுவன் சேரல் கல்வி பயின்றான் என்பது தெரிகின்றது.

பரணர் உம்பர்காட்டு வாரியைப் பரிசிலாகப் பெற்றார் என்று கூறப்படுகிறார். செங்குட்டுவனுடைய தந்தையான இமய வரம்பன் நெடுஞ்சேரலாதனை 2-ஆம் பத்துப் பாடிய குமட்டூர்க் கண்ணனாரும் உம்பற்காட்டில் ஐஞ்நூறூர்ப் பிரமதாயம் பரிசிலாகப் பெற்றார் என்பதை இங்கு நினைவுகூரவேண்டும்.

இளஞ்சேரல் இரும்பொறை

இவனுக்குக் குடக்கோ இளஞ்சேரல் இரும்பொறை என்றும், சேரமான் குடக்கோச்சேரல் இரும்பொறை என்றும் பெயர்கள் உண்டு. இவன் தகடூர் எறிந்த பெருஞ்சேரல் இரும்பொறையின் தம்பியான குட்டுவன் இரும்பொறையின் மகன். அதாவது, செங்குட்டுவனுடைய தாயாதித் தமயனின் மகன். இவனும் செங்குட்டுவன் காலத்தில் இருந்தவன், பொலத்தோப் பொறையன் என்றும் பல்வேற் பொறையன் என்றும் இவன் கூறப்படுகிறான். இவன், சேரநாட்டின் ஒரு பகுதியையரசாண்டான். எந்தப் பகுதி என்பது திட்டமாகத் தெரியவில்லை. சேர இராச்சியத்தின் ஒரு பகுதியாக இருந்த

கொங்கு நாட்டையரசாண்டிருக்கக் கூடும். வானியாற்றின் நீர் போன்ற மென்மையான உள்ளம் உடையவன் என்று இவன் கூறப்படுகிறான் (பதிற்று 9-ஆம் பத்து 6 : 12-13) வானியாறு கொங்கு நாட்டில் ஓடுகிறது.

இளஞ்சேரல் இரும்பொறையைப் பதிற்றுப்பத்து 9-ஆம் பத்தில் பாடினவர் பெருங்குன்றூர் கிழார் என்னும் புலவர். இப்புலவர் இவ்வரசனிடம் பரிசு பெறச் சென்றார். ஆனால், இவன் பரிசு கொடுக்கக் காலந் தாழ்த்தினான். அதனால் அவர் மனம் வருந்திப் பாடினார். இப்பாடல்களில் அவருடைய வறுமைத் துன்பம் நன்கு புலப்படுகிறது (புறம் 210, 211) பரிசு கொடுக்கக் காலந்தாழ்த்திய இளஞ்சேரல் இரும்பொறை, இப்புலவர் அறியாமல் இவருக்கு வீடும் மனையும் ஊரும் அமைத்துப் பிறகு அவற்றைக் கொடுத்தான். "அவர் அறியாமை ஊரும் மனையும் வளமிகப் படைத்து ஏரும் இன்பமும் இயல்வரப் பரப்பி எண்ணற்கு ஆகா அருங்கல வெறுக்கையொடு பன்னூறாயிரம் பாற்படவகுத்துக்" கொடுத்தான் என்று பதிற்றுப்பத்து ஒன்பதாம்பத்தின் கீழ்க்குறிப்புக் கூறுகிறது.

பிறகு பெருங்குன்றூர்கிழார் இவ்வரசன் மேல் 9-ஆம் பத்துப் பாடினார். இதற்குப் பரிசாக "மருளிலார்க்கு மருளக்கொடுக்க வென்று உவகையின் முப்பத்தீராயிரங் காணம்" (காணம்பொற் காசு) கொடுத்தான்.

இளஞ்சேரல் இரும்பொறை சென்னியர் பெருமான் (சோழன்) ஒருவனை வென்றான்.

நன்மரந் துவன்றிய நாடுபல தரீஇப்
பொன்னவிர் புனைசெயல் இலங்கும் பெரும்பூண்
ஒன்னாப் பூட்கைச் சென்னியர் பெருமான்
இட்ட வெள்வேன் முத்தைத் தம்மென

....

நனவிற் பாடிய நல்லிசைக்
கபிலன் பெற்ற ஊரினும் பலவே (9-ஆம் பத்து 5)

இதற்கு உரை எழுதிய பழைய உரையாசிரியர் இதனை இவ்வாறு விளக்குகிறார்: "இளஞ்சேர லிரும்பொறை சென்னியர் பெருமானுடைய நாடுகள் பலவற்றையும் எமக்குக் கொண்டு தந்து அச்சென்னியர் பெருமானை எம்முன்னே பிடித்துக் கொண்டு வந்து தம்மினெனத் தம் படைத் தலைவரை ஏவச் சென்னியர் பெருமான் படையாளர் பொருது தோற்றுப் போகட்ட வெள்வேல் செல்வக் கடுங்கோ வாழியாதன் என்பவன் நாடுகாண் நெடுவரையின் நாள் மகிழிருக்கைக் கண்ணே தம்முன் திணைமுதல்வரைப் போல அரசவை

பணிய அறம்புரிந்து வயங்கிய மறம்புரி கொள்கையைப் பாடிய கபிலன் பெற்ற ஊரினும் பலவென மாறிக்கூட்டி வினைமுடிவு செய்க.”

இதனால், இவனுடைய படைவீரர் சென்னியர் பெருமான் (சோழன்) உடன் போர் செய்தனர் என்பதும் அப்போரில் சோழனுடைய படைவீரர் தங்கள் வேல்களைப் போர்க்களத்தில் போட்டுவிட்டு ஓடினார்கள் என்பதும், அந்த வேல்களின் எண்ணிக்கை, செல்வக்கடுங்கோ வாழியாதனைப் (பதிற்றுப்பத்து ஏழாம் பத்து) பாடின கபிலர் பரிசாகப் பெற்ற ஊர்களின் தொகையைவிட அதிகமாக இருந்தன என்பதும் தெரிகின்றன. இவ்வாறு தோற்றுப்போன சோழன் பெயர் கூறப்படவில்லை. ஆனால், அச்சோழன் பெயர் பொத்தியாண்ட பெருஞ்சோழன் என்று (9-ஆம் பத்துப் பதிகம்) கூறுகிறது. இந்தப் போரைப் பற்றிய வேறு செய்திகள் தெரியவில்லை.

மேலும், இளஞ்சேரல் இரும்பொறை ஐந்தெயில் என்னும் கோட்டையை முற்றுகையிட்டுச் சோழன், பாண்டியன், விச்சி, இளம்பழையன் மாறன் என்பவர்கயையும் வென்று அவர்களிட மிருந்து கொண்டு வந்த பொருள்களை வஞ்சிமூதூரில் வைத்துப் பலருக்கு வழங்கினான் (9-ஆம் பத்து, பதிகம் 3-9)

பூதர் என்னும் தெய்வங்களைக் கொண்டு வந்து வஞ்சி மூதூரில் அமைத்து அவற்றிற்குச் சாந்தியும் சிறப்பும் செய்தான். இதனை,

அருந்திறல் மரபிற் பெருஞ்சதுக் கமர்ந்த
வெந்திறல் பூதரைத் தந்திவண் நிறீஇ
ஆய்ந்த மரபிற் சாந்தி வேட்டு **(9-ஆம் பத்து 13-15)**

என்பதனாலும்

சதுக்கப் பூதரை வஞ்சியுட் டந்து
மதுக்கொள் வேள்வி வேட்டோன் **(சிலம்பு, நடுகல் 147-148)**

என்பதனாலும் அறியலாம்.

இளஞ்சேரல் இரும்பொறைக்கு அமைச்சனாக இருந்தவர் மையூர்கிழார் என்பவர். மையூர்கிழாரை இவ்வரசன் அறநெறியில் வல்லவனாகச் செய்தான்.

மெய்யூர் அமைச்சியல் மையூர் கிழானைப்
புரையறு கேள்விப் புரோச மயக்கி.

என்று 9-ஆம் பத்துப்பதிகம் கூறுகிறது. இதற்குப் பழைய உரை, “அமைச்சியல் மையூர்கிழானைப் புரோச மயக்கி யென்றது தன், மந்திரியாகிய மையூர்கிழானைப் புரோகிதனிலும் அறநெறி அறிவானாகப் பண்ணி யென்றவாறு” என்று விளக்கம் கூறுகிறது.

குடக்கோ இளஞ்சேரல் இரும்பொறை பதினான்கு ஆண்டு வீற்றிருந்தான் என்று 9-ஆம் பத்துப் பதிகக் குறிப்புக் கூறுகிறது.

இளஞ்சேரல் இரும்பொறை செங்குட்டுவனுக்கு முன்னமே, செங்குட்டுவன் கண்ணகிக்குப் பத்தினிக் கோட்டம் அமைப்பதற்கு முன்னமே இறந்து போனான் என்று சிலப்பதிகாரம் கூறுகிறது.

சதுக்கப் பூதரை வஞ்சியுட் டந்து
மதுக்கொள் வேள்வி வேட்டோ னாயினும்
மீக்கூற் றாளர் யாவரும் இன்மையின்
யாக்கை நில்லா தென்பதை யுணர்ந்தோய்

என்று சிலம்பு நடுகற்காதை (147-150) கூறுகிறது காண்க.

(வஞ்சிமா நகரத்தில் சதுக்கப்பூதரை அமைத்தவன் இளஞ் சேரல் இரும்பொறை என்று முன்னமே கூறினோம்). இதனை யறியாமல் திரு. நீலகண்ட சாஸ்திரியார், செங்குட்டுவனுக்குப் பிறகும் இளஞ்சேரல் இரும்பொறை உயிர்வாழ்ந்திருந்தான் என்று கூறுகிறார். செங்குட்டுவன் உத்தேசம் கி.பி. 180-லும், குடக்கோ இளஞ்சேரல் இரும்பொறை உத்தேசம் கி.பி. 190-லும் இருந்தனர் என்று இவர் கூறுவதனால் இது தெரிகிறது (A Comprehensive History of India. Vol II, K.A. Nilakanta Sastri, 1957, pp. 522, 589) செங்குட்டுவன் உயிரோடு இருக்கும் போதே இறந்துபோன இளஞ்சேரல் இரும்பொறை அவனுக்குப் பிறகு எப்படி உயிர் வாழ்ந்திருக்க முடியும்? இளஞ்சேரல் இரும்பொறை இளமையிலேயே போர்க்களத்தில் இறந்து போனான்போலும்.

4. செங்குட்டுவன் ஆட்சி

செங்குட்டுவன் காலத்தில் சேர இராச்சியம் பெரியதாக இருந்தது. சேரநாடும் கொண்கான (துளு) நாடும், கொங்கு நாட்டின் பெரும்பகுதியும் இவனுடைய சேர இராச்சியத்தில் அடங்கியிருந்தன. இவனுடைய பாட்டன்மார், தந்தை, சிறிய தந்தை, தமயன் ஆகியோர் சேர இராச்சியதைப் பெரிதாக்கி வளர்த்ததை முன்னமே கூறினோம். மூத்த கால்வழியில் வந்தவன் ஆகையால் சேர இராச்சியத்தின் பேரரசனாகச் செங்குட்டுவன் இருந்தான். இவனுக்குக் கீழடங்கி இவனுடைய தம்பியாகிய ஆடுகோட்பாட்டுச் சேரலாதனும் இளஞ்சேரல் இரும்பொறையும் சேர நாட்டுப் பகுதிகளையரசாண்டனர்.

செங்குட்டுவனுக்கு ஆட்சித்துணையாக ஐம்பெருங் குழு இருந்தது. ஐம்பெருங் குழு என்பது அமைச்சர், புரோகிதர், சேனாதிபதியர், தூதுவர், சாரணர் என்பவர். செங்குட்டுவனுடைய தலைமை அமைச்சன் பெயர் வில்லவன் கோதை என்று சிலப்பதிகாரம் கூறுகிறது.

பல்யாண்டு வாழ்கநின் கொற்றம் ஈங்கென
வில்லவன் கோதை வேந்தற்கு உரைக்கும்

(சிலம்பு காட்சி, 150-151)

("பல்யாண்டு வாழ்க என்று இனிச் சொல்லுகின்றான், வில்லவன் கோதை யென்னும் மந்திரி" என்பது அரும்பதவுரை.) இந்த வில்லவன் கோதை, செங்குட்டுவன் பத்தினிக்குக் கல் எடுக்க வட நாடு சென்றபோது அவனுடன் சென்றான்.

வில்லவன் கோதையொடு வென்றுவினை முடித்த
பல்வேற் றானைப் படைப்பல ஏவி

(சிலம்பு, கல்கோள், 251-252)

கண்ணகிக்குக் கோட்டம் அமைத்து விழாச் செய்த பிறகு செங்குட்டுவன், விழாவுக்கு வந்திருந்த அரசர்களுக்கு ஏற்றபடி வகைகளைச் செய்து கொடுக்கும்படி அமைச்சனாகிய வில்லவன் கோதையை ஏவினான் என்று சிலம்பு சொல்லுகிறது.

மன்னவர்க் கேற்பன செய்க நீயென
வில்லவன் கோதையை விருப்புடன் ஏவி (சிலம்பு, நடுக்கல் 201-202)

சிலப்பதிகாரம் செங்குட்டுவனுடைய புரோகிதனைக் கூறுகிறது. ஆனால், அவன் பெயரைக் கூறவில்லை. அவன் ஆசான் என்று கூறுகிறது. ஆசான் என்பதற்குப் புரோகிதன் என்று அரும்பத உரையாசிரியர் உரை கூறுகிறார். வடநாட்டு வேந்தர் தமிழக வேந்தரை இகழ்ந்து கூறியதற்காகச் செங்குட்டுவன் வஞ்சினஞ் கூறியபோது, அருகிலிருந்த ஆசான் (புரோகிதன்) அவனுடைய போகம் தணியும்படிச் சில வார்த்தை கூறினான் (சிலம்பு, கால்கோள் 19-24) பத்தினிக் கோட்டத்துக்குச் செங்குட்டுவன் போனபோது ஆசானாகிய புரோகிதனும் உடன் போனான் (சிலம்பு, நடுகல் 222 - 223).

செங்குட்டுவனுடைய சேனைத் தலைவன் பெயர் அழும்பில் வேள் என்று தெரிகிறது. பத்தினிக் கடவுளுக்குக் கல் எடுக்கச் செங்குட்டுவன் வடநாடு செல்லக் கருதியபோது, அமைச்சனாகிய வில்லவன் கோதை, இதற்காகத் தாங்கள் செல்ல வேண்டாம், வட நாட்டரசருக்குக் கடிதம் எழுதினால் அவர்கள் கல் எடுத்து அனுப்புவார்கள் என்று கூற, சேனைத் தலைவனாகிய அழும்பில் வேள், வடநாட்டரசருக்குக் கடிதம் எழுதினால் அவர்கள் கல் எடுத்து அனுப்புவார்கள் என்று கூற, சேனைத் தலைவனாகிய அழும்பில்வேள், வடநாட்டுச் செலவுபற்றி வஞ்சிமாநகரத்தில் பறையறைந்து தெரிவித்தால் இச்செய்தியை ஒற்றர் மூலமாக வடநாட்டரசர் அறிவார்கள் என்று கூறினான். அதைச் செங்குட்டுவன் ஏற்று அவ்விதமே செய்தான் (சிலம்பு, காட்சி 173 - 178) கண்ணகிக்கு விழாத் தொடங்கியபோது, சிறைப் பட்டிருந்த அரசர்களைச் சிறையிலிருந்து விடும்படி சேனாபதியாகிய அழும்பில்வேளை ஏவினான்.

சிறையோர் கோட்டம் சீமின் யாங்கணும்
கறைகெழு நாடு கறைவீடு செய்ம்மென
அழும்பில் வேளோடு ஆயக் கணக்கரை
முழங்குநீர் வேலி மூதூர் ஏவி (சிலம்பு, நடுகல் 203 - 206)

செங்குட்டுவனுக்குத் தூதர் பலர் இருந்தார்கள். இத்தூதர் களின் தலைவன் பெயர் சஞ்சயன். அவர்கள் தலைக்கீடு (தலைப்பாகை?) கட்டிச் சட்டையணிந்திருந்தனர்.

சஞ்சயன் முதலா தலைக்கீடு பெற்ற
கஞ்சுக முதல்வர் ஈரைஞ் ஞூற்றுவர்
(சிலம்பு, கால்கோள் 137-138 143 - 145)

கங்கையாற்றில் தோணிப்பாலம் அமைக்கும்படி செங்குட்டுவன் சதகர்ணியரசனுக்குக் கூறும்படி சஞ்சயனைத் தூது அனுப்பினான் (சிலம்பு, கால்கோள் 163 - 166).

சாரணர்கள் (ஒற்றர்) பலர் இருந்தனர். அவர்கள் சட்டை யணிந்திருந்தனர். அவர்களின் தலைவன் நீலன், போரில் சிறைப் பிடிக்கப்பட்ட கனக விசயரைச் சோழனிடத்திலும் பாண்டிய னிடத்திலும் சென்று காட்டிவரும்படி செங்குட்டுவன், நீலன் தலைமையில் ஒற்றர்களை யனுப்பினான் (சிலம்பு, நீர்ப்படை 187 - 191). அவன் அவர்களை அழைத்துப்போய்க் காட்ட, அவர்களைக் கண்ட சோழனும் பாண்டியனும் சொன்ன செய்தியை நீலன் வந்து செங்குட்டுவனுக்குக் கூறினான் (சிலம்பு, நடுகல் 80 - 109).

செங்குட்டுவன் அவையில் 'பெருங்கணி' என்னும் நிமித்திகன் இருந்தான். செங்குட்டுவனின் வடநாட்டு யாத்திரையிலும் இவன் உடன் சென்றிருந்தான். இவன் முழுத்தம் (முகூர்த்தம்) கணித்து அரசனுக்குரிய நல்ல முழுத்தத்தை அவ்வப்போது கூறிக் கொண்டிருந்தான். இவன்,

ஆறிரு மதியினும் காருக வடிப்பயின்று
ஐந்து கேள்வியும் அமைந்தோன்   (சிலம்பு, கால்கோள் 25 - 26)

(ஆறிருமதியினும் - இராசி பன்னிரெண்டினும்; ஐந்து கேள்வி - நட்பு ஆட்சி எச்சம் பகை நீசக்கோள்; திதி வாரம் நக்ஷத்திரம் யோகம் கரணமுமாம் - அரும்பதவுரை).

செங்குட்டுவன் வடநாட்டுக்குப் புறப்படும் நல்ல வேளையைக் கணித்துக் கூறியவன் இவனே (சிலம்பு, கால்கோள் 27-31).

செங்குட்டுவன் வடநாட்டில் வெற்றி பெற்றுக் கண்ணகிக்குக் கல் எடுத்து நீர்ப்படை செய்த பிறகு அவன் பாசறையில் அமர்ந்திருந்தபோது இப்பெருங்கணியன்,

எண்ணான்கு மதியம் வஞ்சிநீங்கியது
மண்ணாள் வேந்தே வாழ்க   (சிலம்பு, நீர்ப்படை 149-150)

என்று புறப்பட்டு வந்த காலத்தைக் கூறினான். செங்குட்டுவன், கண்ணகிக் கோட்டத்தைக் காணச் சென்றபோது இவனும் உடன் சென்றான் (சிலம்பு, நடுகல் 222).

செங்குட்டுவன் ஆட்சிக்காலத்தில் தமிழகத்தின் பேரரசனாக இவன் இருந்தான். பத்தினிப் படிவம் அமைப்பதற்குக் கல் கொண்டு வர இமயம் போக வேண்டியதில்லை, வடநாட்டரசருக்குத் திருமுகக் கடிதம் எழுதினால் அவர்கள் கல்லை எடுத் தனுப்புவார்கள் என்று செங்குட்டுவனுக்குக் கூறிய அவன் அமைச்சனான வில்லவன் கோதை, சேர சோழ பாண்டியன் ஆகிய மூவேந்தரின் முத்திரைகளை இட்டுக் கடிதம் எழுதும்படி கூறினான்.

வடதிசை மருங்கின் மன்னர்க் கெல்லாம்
தென்தமிழ் நன்னாட்டுச் செழுவிற் கயற்புலி
மண்தலை யேற்ற வரைக ஈங்கென

(சிலம்பு, காட்சி 170 - 172)

(மண்தலை ஏற்ற - இலச்சினை மண் (முத்திரை) ஏற்ற ஓலைகளை.)

இவ்வாறு இவன் கூறியது, சோழ பாண்டியருக்கும் மேம்பட்ட சிறப்பைச் செங்குட்டுவன் பெற்றிருந்தான் என்பதைத் தெரிவிக்கிறது. இது வெற்றுப் புகழ்ச்சியன்று, உண்மை நிலையே என்பது சரித்திரத்தை யாராய்ந்து பார்த்தால் தெரிகிறது.

துளு நாடாகிய கொங்கண நாடு இவன் ஆட்சிக்கு அடங்கி யிருந்தது. மோகூர் பழையனுக்குத் துணையாகச் சோழ அரசனும் பாண்டிய அரசனும் வந்து செங்குட்டுவனை எதிர்த்துத் தோற்றார்கள். மேலும், சோழன் கிள்ளிவளவன் ஆட்சி ஏற்ற போது, சோழர் குடியிற் பிறந்த ஒன்பது அரசர் அவனை எதிர்த்துப் போராடி உள்நாட்டுக் குழப்பத்தை உண்டாக்கிச் சோழ நாட்டின் அமைதியைக் கெடுத்தார்கள். அப்போதும் செங்குட்டுவன், கிள்ளிவளவன் சார்பாக ஒன்பது அரசருடன் போர் செய்து வென்று கிள்ளிவளவனுக்குச் சோழ ஆட்சியைக் கொடுத்தான் (இவைகளை முன்னமே கூறியுள்ளோம்) இவை யெல்லாம், செங்குட்டுவன் சோழ பாண்டிய அரசரைவிட மேம் பட்டிருந்தான் என்பதைத் தெரிவிக்கின்றன. மேலும் இவன், அக்காலத்துப் பேரரசனாக விளங்கிய நூற்றவர் கன்னர், (சதகர்ணி) என்னும் அரசனின் நண்பனாகவும் இருந்தான். எனவே, இவையெல்லாம் செங்குட்டுவன் தமிழகத்தின் பேரரசனாக இருந்தான் என்பதைத் தெரிவிக்கின்றன அல்லவா?

5. செங்குட்டுவன் வாழ்க்கை

செங்குட்டுவன், இளங்கோ வெண்மாள் என்னும் அரசியைத் திருமணஞ் செய்திருந்தான் (சிலம்பு, காட்சி 5) அவளுக்கு வேண்மாள் என்றும் பெயர் உண்டு. வதுவை வேண்மாள் மங்கல மடந்தை (சிலம்பு நடுகல் 51). இவர்களுக்குப் பிறந்த மகள் குட்டுவன் சேரல். குட்டுவன் சேரலைப் பரணருக்குச் செங்குட்டுவன் கொடுத்தான் (5ஆம் பத்துப் பதிகம்). கல்வி கற்பிப்பதற்காகக் கொடுத்தான் போலும்.

செங்குட்டுவன் வாழ்ந்த அரண்மனை 'இலவந்தி வெள்ளி மாடம்' என்று பெயர் பெற்றிருந்தது.

விளங்கில வந்தி வெள்ளி மாடத்து
இளங்கோ வேண்மாள் உடனிருந் தருளி   (சிலம்பு, காட்சி 4-5)

வஞ்சிமா நகரத்துக்கு வெளியே கடற்கரைக்கு அருகில் 'வேளாவிக் கோ மாளிகை' என்னும் அரண்மனை இருந்தது.

பேரிசை வஞ்சி மூதூர்ப் புறத்துத்
தாழ்நீர் வேலித் தண்மலர்ப் பூம்பொழில்
வேளாவிக்கோ மாளிகை   (சிலம்பு, நடுகல் 196 - 198)

என்பதனால் இதையறியலாம்.

வேனிற்காலத்தில் செங்குட்டுவன் அரண்மனையில் வசிப்பது இல்லை. பேராற்றங்கரை யோரத்தில் இருந்த மரச்சோலைகளில் கூடாரம் அமைத்து அதில் சுற்றத்தோடு தங்கியிருப்பது வழக்கம். இச்செய்தியைப் பரணர் இவனைப் பாடிய 5-ஆம் பத்துச் செய்யுளில் கூறுகிறார்

நின்மலைப் பிறந்து நின்கடல் மண்டும்
மலிபுனல் நிகழ்தரும் தீநீர் விழவிற்
பொழில்வதி வேனில் பேரெழில் வாழ்க்கை
மேவரு சுற்றமோடு உண்டினிது நுகரும்
தீம்புனல் ஆயம்.   (5ஆம் பத்து 8 : 13-17)

("பொழில்வதி வேனிற் பேரெழில் வாழ்க்கை யென்றது வேனிற் காலத்து மனையில் வைகாது பொழில்களிலே வதியும் பெரிய செல்வ அழகையுடைய இல்வாழ்க்கை யென்றவாறு... இச்சிறப்பானே,

இதற்குப் (இச்செய்யுளுக்கு) 'பேரெழில் வாழ்க்கை' என்று பெயராயிற்று" - பழைய உரை.)

இவனுடைய வேனிற்காலப் பொழில் வாழ்க்கையை இளங்கோவடிகளும் கூறுகிறார்.

வானவர் தோன்றல் வாய்வாட் கோதை
விளங் கிலவந்தி வெள்ளி மாடத்து
இளங்கோ வேண்மாள் உடனிருந் தருளித்
துஞ்சா முழவின் அருவி யொலிக்கும்
மஞ்சசூழ் சோலை மலைகாண்குவ மெனப்
பைந்தொடி ஆயமொடு பரந்தொருங் கீண்டி
வஞ்சி முற்றம் நீங்கிச் செல்வோன்'
....
நெடியோன் மார்பில் ஆரம் போன்று
பெருமலை விலங்கிய பேரியாற் றடைகரை
இடுமணல் எக்கர் இயைந்தொருங் கிருப்ப

(சிலம்பு, காட்சி 3-23)

வழக்கம்போல ஓராண்டு வேனிற் காலத்தில் இவ்வாறு பொழிலில் தங்கியிருந்தபோது தான் செங்குட்டுவன் கண்ணகியின் செய்தியைக் குன்றம் வாழும் மக்கள் சொல்லக் கேட்டறிந்தான். அப்போதுதான் அவனுக்குக் கண்ணகிக்குப் பத்தினிக் கோட்டம் அமைக்கும் எண்ணம் தோன்றியது.

இசைவாணர்களையும் ஆடற் கலைஞர்களையும் இவன் ஆதரித்தான்.

ஆடுசிறை யறுத்த நரம்புசேர் இன்குரல்
பாடு விறலியர் பல்பிடி பெறுக
துய்வீ வாகை நுண்கொடி யுழிஞை
வென்றி மேவ லுருகெழு சிறப்பிற்
கொண்டி மள்ளர் கொல்களிறு பெறுக
மன்றம் படர்ந்து மறுகுசிறைப் புக்குக்
கண்டி நுண்கோல் கொண்டுகளம் வாழ்த்தும்
அகவலன் பெறுக மாவே யென்று
மிகல்வினை மேவலை (5-ஆம்பத்து, 3 : 21 - 29)

இவன், வடநாட்டு யாத்திரையிலிருந்து திரும்பி வந்து வெள்ளி மாடம் என்னும் மாளிகையில் நிலா முற்றத்தில் அரசி வேண்மாளுடன் இருந்தபோது, பறையூர் கூத்தச் சாக்கையன் வந்து கொட்டிச் சேதம் என்னும் கொடுகொட்டிச் சேதக் கூத்தைப் பாடியபோது அதனைக் கண்டு மகிழ்ந்தான் என்பது சிலப்பதிகாரம் படித்தவர் அறிந்ததே.

பத்தினித் தெய்வ வழிபாட்டை இவன் உண்டாக்கினான். இவன் உண்டாக்கிய பத்தினித் தெய்வ வழிபாடு தமிழ்நாடு முழுவதும் பரவியது அல்லாமல் இலங்கையிலும் பரவிற்று. போரில் வீரங்காட்டி இறந்தவருக்கு நடுகல் நட்டுப் போற்றுவது அக்காலத்து வழக்கம். பாண்டிய அரசனிடம் வழக்குத் தொடுத்து அவன் செய்த அநீதியை எடுத்துக்காட்டி வெற்றி பெற்ற கண்ணகி, தன் கற்பு ஆற்றலினால் பாண்டியனின் அரண்மனை யையும் எரித்துத் தன் உயிரை உண்ணாவிரதமிருந்து மாய்த்துக் கொண்ட வீரச் செயலைப் பாராட்டி அப்பத்தினிக்கு வழிபாடு அமைத்தான் செங்குட்டுவன். ஆண் மகனுடைய வீரம், பெண் மகளுடைய கற்புக்குச் சமானமானது என்று போற்றினான் செங்குட்டுவன்.

6. செங்குட்டுவன் காலம்

பதிற்றுப்பத்து, சேர அரசர்கள் ஒவ்வொருவரும் எத்தனை ஆண்டு ஆட்சி செய்தார்கள் என்பதைக் கூறுகிறது. ஆனால், சகாப்த ஆண்டினைக் கூறவில்லை. ஆகவே அவர்கள் அரசாண்ட காலத்தைச் சகாப்த ஆண்டுப்படி அறிய வாய்ப்பு இல்லை. ஆனால், நற்காலமாக ஒரு காலக் குறிப்புக் கிடைத்திருக்கிறது. அந்தக் குறிப்பைக் கொண்டு இவ்வரசர்களின் காலத்தை ஒருவாறு கணித்துவிடலாம். செங்குட்டுவன் கண்ணகிக்குப் பத்தினிக்கோட்டம் அமைத்துச் சிறப்புச் செய்தபோது, அவ்விழாவுக்கு வந்திருந்த அயல்நாட்டு அரசர்களில் இலங்கையரசனாக கஜபாகுவும் (முதலாவன்) சிலப்பதிகார நூல் கூறுகிறது. இதனால் செங்குட்டுவனும் கஜபாகுவும் (முதலாவன்) சமகாலத்து அரசர்கள் என்பது தெரிகின்றது. முதலாம் கஜபாகு கி.பி.173 முதல் 191 வரையில் அரசாண்டான் என்று மகாவம்ச நூலின் ஆதாரத்தைக் கொண்டு சரித்திர ஆசிரியர்கள் எல்லோரும் முடிவு செய்து ஒப்புக் கொண்டிருக்கிறார்கள்.

கஜபாகு, பத்தினிக் கோட்ட விழாவுக்கு வந்திருந்த ஆண்டு தெரியவில்லை. அவன் ஆட்சிக் காலத்தில் இடைப்பகுதியில், உத்தேசமாகக் கி.பி. 180-இல் வந்தான் என்று சொல்லலாம். அதாவது, கி.பி. 180-இல் செங்குட்டுவன் பத்தினிக் கோட்டம் அமைத்தான் என்று கொள்ளுவோம். அது செங்குட்டுவனின் 50-ஆவது ஆட்சி ஆண்டு. எப்படி எனில்,

வையங் காவல் பூண்டநின் நல்யாண்டு
ஐயைந் திரட்டி சென்றதற் பின்னும்
அறக்கள வேள்வி செய்யாது யாங்கணும்
மறக்கள வேள்வி செய்வோ யாயினை

(சிலம்பு, நடுகற் காதை 129-132)

என்றும்,

நரைமுதிர் யாக்கை நீயும் கண்டனை (சிலம்பு, நடுகல் 158)

என்றும் சிலப்பதிகாரம் கூறுகிறபடியினாலே, செங்குட்டுவன் தனது 70-ஆம் வயதில் கண்ணகிக்குப் பத்தினிக் கோட்டம் அமைத்தான் என்று கொள்ளலாம். ஐந்து ஆண்டுக்குப் பிறகு தன்னுடைய 75-ஆம் வயதில் இவன் காலமாயிருக்க வேண்டும். இவன் இளவரசுப் பட்டம்

பெற்றது ஏறத்தாழ கி.பி.130-இல் ஆகும். இவன் 55 ஆண்டுகள் ஆட்சி செய்தான் என்று 5-ஆம் பத்துப் பதிகக் குறிப்புக் கூறுவது, இவனுடைய இளவரசுக் காலத்தையும் சேர்த்தேயாம். எனவே செங்குட்டுவன் ஆண்ட காலம் ஏறத்தாழ கி.பி.130 முதல் 185 வரையில் என்று உத்தேசமாகக் கொள்ளலாம்.

செங்குட்டுவனுடைய தமயனான நார்முடிச் சேரல் இவனுக்குப் பத்து ஆண்டு மூத்தவன் என்று கொள்ளலாம். அவன் 25 ஆண்டு ஆட்சி செய்தான் என்று 4-ஆம் பத்துப் பதிகக் குறிப்புக் கூறுகிறது. எனவே, நார்முடிச்சேரல் உத்தேசமாகக் கி.பி.120 முதல் 145 வரையில் அரசாண்டான் என்று கொள்ளலாம்.

இவர்களுடைய தம்பியாகிய ஆடுகோட்பாட்டுச் சேரலாதன், செங்குட்டுவனுக்கு ஏறத்தாழ ஐந்து ஆண்டு இளையவன் என்று கொண்டால் அவன் ஆட்சி செய்த 38 ஆண்டுகள் உத்தேசம் கி.பி.140 முதல் 178 வரையில் ஆகும்.

செங்குட்டுவனுடைய தந்தையாகிய இமயவரம்பன் நெடுஞ் சேரலாதன் 58 ஆண்டு ஆட்சிசெய்தான் என்று 2-ஆம் பத்துப் பதிகக் குறிப்புக் கூறுகிறது. எனவே அவன், உத்தேசம் கி.பி. 72 முதல் 130 வரையில் ஆட்சி செய்தான் என்று கொள்ளலாம். செங்குட்டுவனின் சிறிய தந்தையாகிய பல்யானைச் செல்கெழுகுட்டுவன் 25 ஆண்டு ஆட்சிசெய்தான் என்று கூறப்படுகிறபடியால், அவன் உத்தேசமாகக் கி.பி. 82 முதல் 107 வரையில் ஆட்சிசெய்தான் என்று கொள்ளலாம்.

செங்குட்டுவன் கண்ணகிக்குப் பத்தினிக் கோட்டம் அமைத்ததும் அக்கோட்டத்துக்குக் கஜபாகு வந்திருந்ததும் ஆகிய நிகழ்ச்சிகள் உத்தேசம் கி.பி.180-இல் நிகழ்ந்தன என்று கொண்டு கணித்தால் இந்த முடிவுக்கு வரவேண்டியிருக்கிறது. இதில் சேர அரசர்கள் ஆண்ட காலம் என்பது அவர்கள் இளவரசுப் பட்டம் பெற்ற ஆண்டையும் சேர்த்துக் கணிக்கப் பட்டது. இவ்வாறு கணித்தால் ஏறத்தாழ மேலே கூறிய முடிவுக்கு வருகிறோம்.

இளையவழி பரம்பரையில் வந்த சேர அரசர்கள் மூத்த வழி அரசரின் சம காலத்தில் சேர நாட்டின் வேறு பகுதிகளையர சாண்டார்கள். ஆகவே, அவர்கள் ஆட்சிகாலமும் மேலே கூறிய மூத்தவழி அரசர் ஆட்சிக் காலத்தில் அடங்கியிருக்கின்றன. அவர்களில் செல்வக் கடுங்கோ வாழியாதன், செங்குட்டுவனுடைய தந்தையாகிய நெடுஞ்சேரலாதன் காலத்தில் 25 ஆண்டு ஆட்சி செய்தான். நெடுஞ்சேரலாதனும் செல்வக்கடுங்கோ வாழியாதனும் வேளாவிச் சேரமான் பதுமன்தேவி என்னும் பெயருள்ள தமக்கை தங்கையரை மணஞ்செய்திருந்தார்கள் (4-ஆம் பத்து 8-ஆம் பத்துப்

பதிகங்கள்) செல்வக்கடுங்கோ வாழியாதனுடைய மகனான தகடூர் எறிந்த பெருஞ்சேரல் இரும்பொறையும் நெடுஞ்சேரலாதனின் மூத்தமகனான நார்முடிச் சேரலும் சமகாலத்தில் இருந்தவர்கள். தகடூர் எறிந்த பெருஞ்சேரல் இரும்பொறையின் மகனான இளஞ் சேரல் இரும்பொறையும் சேரன் செங்குட்டுவனும் சமகாலத்தில் இருந்தவர்கள். ஆனால், செங்குட்டுவன் பத்தினிக் கோட்டம் அமைப்பதற்கு முன்னமே இளஞ்சேரல் இரும்பொறை இறந்து விட்டான். இச்செய்தியைச் சிலப்பதிகாரத்தினால் அறிகிறோம்.

> சதுக்கப் பூதரை வஞ்சியுள்மதந்து
> மதுக்கொள் வேள்வி வேட்டோன்

அதாவது இளஞ்சேரல் இரும்பொறை முன்னமே இறந்து போனான் என்று சிலம்பு, நடுகற்காதை (147-148) கூறுகிறது.

எனவே, சேர வேந்தர் காலத்தைத் திட்டவட்டமாக அறுதி யிட்டுக் கூற முடியாமற் போனாலும் உத்தேசமாக ஏறத்தாழ சரியான ஆண்டுகளைப் பெற முடிகிறது. இதன்படி இமயவரம்பன் நெடுஞ்சேரலாதன் கி.பி. 72 முதல் 130 வரையிலும், அவன் தம்பி பல்யானைச் செல்கெழு குட்டுவன் கி.பி. 82 முதல் 107 வரையிலும், நெடுஞ்சேரலாதனின் மூத்த மகனான நார்முடிச் சேரல் கி.பி. 120 முதல் 145 வரையிலும், மற்றொரு மகனான சேரன் செங்குட்டுவன் (கடல்பிறக்கோட்டிய செங்குட்டுவன்) கி.பி.130 முதல் 185 வரையிலும், ஆடு கோட்பாட்டுச் சேரலாதன் கி.பி. 140 முதல் 178 வரையிலும் அரசாண்டார்கள்.

சேர மன்னன் செங்குட்டுவன் ஏறத்தாழக் கி.பி.130 முதல் 185 வரையில் ஆட்சி செய்தான் என்று கூறினோம். ஆனால், திரு. கே.ஜி. சேஷையர் அவர்கள் தாம் எழுதிய சங்ககாலத்துச் சேரர் என்னும் ஆங்கில நூலில் செங்குட்டுவன் கி.பி.125-இல் ஆட்சி செய்யத் தொடங்கினான் என்று கூறுகிறார். ஐந்து ஆண்டு வித்தியாசத்தை ஒருவாறு ஏற்றுக் கொள்ளலாம். ஆனால் அவர், செங்குட்டுவனை நெடுஞ்சேரலாதனின் பேரன் என்று கூறுவது தான் வியப்பாக இருக்கிறது. பதிற்றுப்பத்து 5-ஆம் பத்தின் பதிகம், குடவர்கோமான் நெடுஞ்சேரலாதற்கு, சோழன் மணக்கிள்ளி ஈன்ற மகன் செங்குட்டுவன் என்று தெளிவாகக் கூறுகிறது. சேஷையர் அவர்கள், நெடுஞ்சேரலாதன் என்பதற்குக் களங்காய்க் கண்ணி நார்முடிச் சேரல் என்று பொருள் கற்பித்துக் கொண்டு, நார்முடிச்சேரலின் மகன் செங்குட்டுவன் என்று மாற்றிக் கூறு கிறார். ஆனால் பதிற்றுப்பத்து, நெடுஞ்சேரலாதனின் மகன் செங்குட்டுவன் என்றும் நார்முடிச் சேரலின் தம்பி என்றும் கூறுகிறது. சேஷையர்

அதனை மாற்றி நார்முடிச் சேரலின் மகன் செங்குட்டுவன் என்று கூறுகிறார். இதற்கு இவர் காட்டும் காரணம் வியப்பாக இருக்கிறது. இவர் கணிக்கும் காலக் கணக்குக்குப் பொருத்தமாக செங்குட்டுவன் ஆட்சிக்காலம் அமையாதபடியால் இவ்வாறு மாற்றிக் கொள்ள வேண்டும் என்று கூறுகிறார். இதைத் தம்முடைய நூலில் இவ்வாறு விளக்கிச் சொல்கிறார் (K.G. Sesha Aiyar, Cera Kings of the Sangam Period, 1937, pp. 123 - 126).

செங்குட்டுவன் ஆட்சிக்கு வந்தது கி.பி.125 என்று கொண்டால், இமயவரம்பன் நெடுஞ்சேரலாதன் கி.பி.17-இல் ஆட்சிக்கு வந்திருத்தல் வேண்டும். அவன் தம்பி பல்யானைச் செல்கெழு குட்டுவன் உத்தேசமாக கி.பி.75-இல் ஆட்சி தொடங்கியிருக்க வேண்டும். களங்காய்க்கண்ணி நார்முடிச் சேரல் ஆட்சிக்கு வந்தது கி.பி.100 ஆக இருக்க வேண்டும். இமயவரம்பன் நெடுஞ்சேரலாதன் 58 ஆண்டு ஆண்டான் என்றால், அவனுடைய தம்பி எப்போது ஆட்சி செய்திருக்க முடியும்? தம்பியாகிய பல்யானைச் செல்கெழு குட்டுவன் ஆட்சி ஏற்கும்போது அவன் 60 வயது சென்றவனாக இருக்க வேண்டும். அவன் இறந்த போது 85 வயது இருக்க வேண்டும். ஆகவே, செங்குட்டுவன், இமயவரம்பன் நெடுஞ்சேரலாதனின் மகனாக இருந்தால், அவன் ஆட்சி ஏற்றபோது அவனுக்குக் குறைந்தபட்சம் 50 வயது இருக்கும். அவன் 55 ஆண்டு ஆட்சி செய்தான் என்பதை ஏற்றுக் கொண்டால் அவன் இறந்தபோது அவனுக்கு நூறு வயதுக்கு மேல் இருக்கும். 5-ஆம் பத்துப் பதிகம் அவன் 55 யாண்டு வீற்றிருந்தான் என்று கூறுவதற்கு, 55 யாண்டு உயிர் வாழ்ந்திருந்தான் என்று பொருள் கொள்ள முடியாது. அப்படிப் பொருள் கொண்டால் அவன் 5 ஆண்டுதான் ஆட்சி செய்தான் என்று கொள்ள வேண்டியிருக்கும். ஆகவே, 5-ஆம் பத்தின் பதிகம் நெடுஞ்சேரலாதன் என்று கூறுவதற்குப் பெரிய சேரலாதன் என்றும் அது நார்முடிச் சேரலைக் குறிப்பிடுகிறது என்றும் நான் பொருள் கொள்கிறேன். ஆகவே, இமயவரம்பன் நெடுஞ்சேரலாதனுடைய பிள்ளைகள் நால்வரில் ஒருவனாகச் செங்குட்டுவன் இருக்க முடியாது. இப்படிக் கொள்வோமானால், இந்தக் காலக்கணிப்புச் சிக்கல் எளிதாகச் சரிப்பட்டு விடுகிறது.

இவ்வாறு, தாம் கணிக்கும் காலக்கணக்கு சரியாக அமை வதற்குப் பொருத்தமாகப் பழைய வரலாற்றை மாற்றியமைக்க வேண்டும் என்று நீதிபதியாக இருந்த சேஷையர் தீர்ப்புக் கூறுகிறார். இவருடைய தீர்ப்பு சரித்திரத்துக்கு ஏற்கத்தக்கது அன்று. பழைய வரலாற்றுக்குத் தக்கபடி காலத்தைக் கணிக்க வேண்டுமேயல்லாமல்,

இவருடைய தவறான கணக்குக்குத் தக்கபடி சரித்திர ஆதாரத்தையே மாற்றுவது சரியன்று.

இவர், தவறான கணக்குப் போட்டு அதற்குத் தக்கபடி சரித்திரச் சான்றை மாற்றுவதற்குக் காரணம் நன்றாகத் தெரிகிறது. ஒருவருக்குப் பின் ஒருவராகத் தந்தை, சிறிய தந்தை, தமயன், தம்பியர் அரசாண்டார்கள் என்று (பிற்காலத்துச் சரித்திர முறையைப் பின்பற்றி) இவர் காலத்தைக் கணித்த படியால் சிக்கல் ஏற்பட்டு இடர்ப்பட்டு அதைத் தீர்க்க மகனைப் பேரன் என்று முறை மாற்றுகிறார். இளவரசுப் பட்டம் ஏற்றது முதல் இவர்கள் ஆட்சி தொடங்கிற்று என்று கொண்டு இவர்கள் ஆட்சிக் காலங்களில் இவ்விதச் சிக்கல்கள் இல்லாதிருப்பது காண்க. எனவே, செங்குட்டுவன் கி.பி. இரண்டாம் நூற்றாண்டில் ஏறத் தாழக் கி.பி. 130 முதல் 185 வரையில் அரசாண்டான் என்று கொள்ளலாம்.

இனி, சேரன் செங்குட்டுவன் என்னும் நூலை எழுதிய திரு. மு.இராகவையங்கார் அவர்கள் செங்குட்டுவன் கால ஆராய்ச்சி என்னுந் தலைப்பில் சில செய்திகளைக் கூறிச் செங்குட்டுவன் கி.பி. 5-ஆம் நூற்றாண்டில் இருந்தவன் என்று கூறுகிறார். சமுத்திர குப்தன் என்னும் அரசன் மாந்தராசன் என்பவனை வென்றான் என்று ஒரு சாசனம் கூறுவதைச் சான்று காட்டி, அதில் கூறப்படுகிற மாந்தராசன் மாந்தரஞ் சேரல் என்றும், ஆகவே சமுத்திரகுப்தனால் வெல்லப்பட்ட மாந்தராசா (மாந்தரஞ் சேரல்) காலத்தில் இருந்த செங்குட்டுவன் காலம் கி.பி. 5-ஆம் நூற்றாண்டு என்று இவர் கூறுகிறார். இவர் கூறுவது வருமாறு:

வடநாட்டில் மகத நாடாண்ட ஆந்திர சக்ரவர்த்திகளது வீழ்ச்சிக்குப் பின் பிரபலம் ஏற்று விளங்கிய குப்த வமிச சக்கரவர்த்திகளுள்ளே சமுத்திரகுப்தன் என்பான் திக்விஜயஞ் செய்து, இப்பரத கண்ட முழுவதையும் தன் வெற்றிப்புகழைப் பரப்பினான் என்பது சாசனம் மூலம் அறியப் படுகின்றது. இம் மன்னர் பெருமான் கி.பி. 326-இல் பட்ட மெய்தியவன். இவனது தென்னாட்டுப் படையெழுச்சியில் ஜயிக்கப்பட்ட வேந்தருள்ளே கேரள தேசத்து மாந்த ராஜா ஒருவனென்று கூறப்படுகின்றது. இம்மாந்தராஜா என்பவன் சங்க நூல்களிற் கூறப்படும் மாந்தரன் என்பவனாகவே தோற்றுகின்றான். ஆனால், இப்பெயர் கொண்டவரிருவர் இருந்தன ரென்பதும், அவருள் ஒருவன் செங்குட்டுவனுக்குச் சிறிது முன்னும், மற்றொருவன் அவனுக்குச் சிறிது பின்னும் இருந்தவனென்பதும் முன்னமே குறிப்பிட்டோம். இவருள் முன்னவனே சமுத்திர குப்தனால் வெல்லப்பட்டவனாகக் கருதினும், அச்சேரன் 4-ஆம் நூற்றாண்டின் பிற்பகுதியில் இருந்தவனாதல் வேண்டும். அம்மாந்தரனைப் பாடிய

பரணரே செங்குட்டுவனையும் பாடியிருத்தலால், நம் சேரன் (சேரன் செங்குட்டுவன்) அம்மாந்தரனுக்குச் சிறிது பிற்பட்டவனென்பது பெறப்படும். அஃதாவது, 5-ஆம் நூற்றாண்டின் முற்பாகமென்க (சேரன் செங்குட்டுவன், முதல் பதிப்பு 1915, பக். 171-172).

இவ்வாறு எழுதிய திரு மு. இராகவையங்கார் அந்த நூலில் மேலும் சிலவற்றைக் கூறுகிறார். அகம் 181-ஆம் செய்யுளில் 'வம்பமோரியர்' வந்தனர் என்று கூறப்படுவதையும், அகம் 215-ஆம் செய்யுளில் மோகூர் பணியாமையால் வம்பமோரியர் படை யெடுத்து வந்தனர் என்று கூறப்படுவதையும் சுட்டிக் காட்டி, அவ்வாறு வந்த வம்ப மோரியர் என்பவர் குப்தவம்சத்து அரசன் என்று கூறுகிறார். பிறகு, மோகூர் வேந்தனைச் செங்குட்டுவன் வென்றதைச் சுட்டிக் காட்டிக் கடைசியாக இவ்வாறு முடிக்கிறார்:

இச்சமுத்திர குப்தன் கி.பி.375 வரை ஆட்சிபுரிந்தவன் எனப்படுகிறான். எனவே, இவனால் வெல்லப்பட்ட மாந்தரன், மேற்கூறியபடி செங்குட்டுவனுக்குச் சிறிது முற்பட்டவனாகவும், பழையன்மாறன் செங்குட்டுவனுக்குச் சமகாலத்தவனாகவும் தெரிதலின், நம் சரித்திர நாயகனான சேரன் (செங்குட்டுவன்) காலமும் 4-ஆம் நற்றாண்டின் முற்பகுதி அல்லது 5-ஆம் நூற்றாண்டின் முற்பகுதியாகக் கொள்ளல் பொருத்தமாம். ஆயின், சமுத்திரகுப்தன் மகனான சந்திரகுப்த விக்கிரமாதித்தன் (கி.பி. 375-413) அல்லது அவன் மகனான குமாரகுப்தன் (413-455) காலங்களும், நம் சேரன் பெருமான் காலமும் ஒன்றாகச் சொல்லலாம் (சேரன் செங்குட்டுவன், முதல் பதிப்பு 1915, பக் 177-178).

மு. இராகவையங்கார் அவர்கள் ஆதாரமாகக் காட்டும் சான்று சமுத்திரகுப்தனின் அலகாபாத் சாசனமாகும். அந்தச் சாசனத்தில் 'கௌராளக - மாந்த ராஜா' என்னும் ஒரு வாசகம் காணப்படுகிறது. டாக்டர் பிஃலீட் அவர்கள் அந்தச் சாசனத்தை வெளியிட்ட போது, கௌராளக என்பது கைரளக என்றிருக்க வேண்டும் என்று கூறிக் கைராளிக மாந்தராஜா என்பது கேரளமாந்தராஜா என்று எழுதினார். இதை ஆதாரமாக வைத்துக் கொண்டு ஐயங்கார் அவர்கள் மேலே காட்டியபடி மனம் போனபடியெல்லாம் எழுதிவிட்டார். பிறகு, 1898-ஆம் ஆண்டில் டாக்டர் கில்ஹார்ன் என்பவரும் டாக்டர் பிஃலீட் என்பவரும் சேர்ந்து அந்தச் சாசனத்தை மறுபடியும் ஆராய்ந்து பார்த்ததில் அச்சாசனத்தின் சரியான வாசகம் குணலமாந்தராஜா என்றும் (கௌரள மாந்தராஜா அன்று), சமுத்திர குப்தன் வென்ற குணல மாந்தராஜா கொல்லோர (கொல்லேர்) ஏரிக்கருகில் இருந்தவன் என்றும் அறிந்து வெளியிட்டனர். ஆகவே,

மு. இராகவையங்கார் (மாந்தராஜா மாந்தரன்) இட்டுக்கட்டி முடிவு செய்தது (சமுத்திர குப்தன் காலமும் செங்குட்டுவன் காலமும் ஒன்றே என்ற முடிவு) சரிந்துவிழுந்து நொறுங்கிப் போயிற்று. அதனால், ஐயங்கார் அவர்கள் தம்முடைய சேரன் செங்குட்டுவன் என்னும் நூலின் 2-ஆம் பதிப்பு முதலிய மற்றப் பதிப்புகளில் சமுத்திர குப்தன் காலம் என்பதை அடியோடு மறைத்துவிட்டார். ஆனாலும், தகுந்த காரணம் காட்டாமலே செங்குட்டுவன் காலம் கி.பி. 5-ஆம் நூற்றாண்டு என்றே பிறபதிப்புகளிலும் விடாப்பிடியாக எழுதியுள்ளார்.

சேரன் செங்குட்டுவன் என்னும் நூலின் 2-ஆம் பதிப்பு 1929-இல் வெளிவந்தது. சந்திரகுப்த விக்கிரமாதித்தன் காலத்தில் செங்குட்டுவன் இருந்தான் என்று இவர் முதற்பதிப்பில் எழுதியது ஆதாரமற்ற பொய்ச் சான்று என்று இவர் அறிந்த பிறகு, அச்சான்றை 2-ஆம் பதிப்பில் வெளியிடாமல் மறைத்து விட்டார். மறைத்துவிட்ட பிறகும், 2-ஆம் பதிப்பு முதலிய மற்றப் பதிப்புகளில் எல்லாம், தக்க சான்று காட்டாமலே செங்குட்டுவன் காலம் கி.பி. 5-ஆம் நூற்றாண்டு என்று எழுதிக்கொண்டே வந்தார். பிற்பதிப்புக்களில் எல்லாம், 5-ஆம் நூற்றாண்டே செங்குட்டுவனும் சங்கத்துச் சான்றோரும் வாழ்ந்த காலமாதல் வேண்டும் என்று தக்க காரணங் காட்டி இந்நூலின் முதற்பதிப்பில் முடிவு கட்டலானேன்... இவற்றுள்ளே கண்டு நோக்குமிடத்து யான் கண்டு வெளியிட்ட 5-ஆம் நூற்றாண்டுக் கொள்கையே பெரிதும் பொருத்தமுடையது என்று சொல்லத் தடையில்லை. அது பற்றி யான் புதியவாக அறிந்த செய்திகளுடன் வைத்து ஆராய்ந்து கண்ட முடிவினை அறிஞரது ஆராய்ச்சிக்குரியதாகத் தனியே வெளியிட விரும்புவதனால், இப்போது அதனை இந்நூலுட் சேர்க்காது நிறுத்திக் கொள்ளலாயிற்று” என்று எழுதியுள்ளார் (சேரன் செங்குட்டுவன், 6ஆம் பதிப்பு. 1947, பக். 199, 200.).

இவர்கண்ட ‘புதிய முடிவு’ 37 ஆண்டுகளாகியும் வெளிவர வில்லை. அவரும் காலமாய்விட்டார். சான்று காட்டாமலும் காரணம் கூறாமலும் தான் பிடித்த முயலுக்கு மூன்றே கால் என்னும் பழமொழிக்கு ஏற்ப இவர் பிடிவாதமாக இருந்து கொண்டு, செங்குட்டுவன் காலம் கி.பி. 5-ஆம் நூற்றாண்டு என்று பதிப்பித்துக் கொண்டே தாம் கண்ட ‘புதிய முடிவு’ இன்னதென்பதைக் கூறாமலே போய்விட்டார். இவர் போக்கை என்னென்பது!

ஆனால், முதற் பதிப்பில் கூறாத ஒரு கருத்தைப் பிற்பதிப்பு களில் சேர்த்துவிட்டார். இது 1830-இல் இலங்கையில் கண்டெடுக்கப்பட்டு இங்கிலாந்துக்குக் கொண்டு போகப்பட்ட

கண்ணகியின் வெண்கலச்சிலை யுருவத்தைப் பற்றிய செய்தி. இது பற்றி அவர் எழுதுவது இது:

இச்சரித்திர நாயகனால் (சேரன் செங்குட்டுவனால்) தெய்வமாக வணங்கப்பெற்ற பத்தினி தேவியின் (கண்ணகி) செப்புத்திருமேனி யொன்று (லண்டன் பிரிட்டிஷ் மியூஸியத்தில்) இருந்ததை டாக்டர் ஆனந்த குமாரசுவாமியவர்கள் பிரதிசாயையெடுத்துப் பிரசுரித்திருக்கிறார்கள். அப்பிரதிமை இலங்கையினின்று 1830-ஆம் வருஷம் இங்கிலாந்துக்குக் கொண்டு போகப்பட்டதாம். இளங்கோவடிகள் கூறியபடி செங்குட்டுவன் காலத்தே இலங்கையிற் கயவாகுவால் பிரதிஷ்டிக்கப்பட்ட பத்தினியின் சரியான சாயலை இது காட்டுவது போலும்.

இவ்வாறு முகவுரையில் கூறிய ஐயங்கார், சமகாலத்தவர் என்னுந் தலைப்பில் அந்நூலில் இப்பத்தினி உருவம் பற்றிக் கீழ்க்காணுமாறு எழுதுகிறார் (இவ்விஷயம் முதற்பதிப்பில் எழுதப்படவில்லை. பிற்பதிப்புகளில் சேர்க்கப்பட்டுள்ளது).

கயவாகு என்பான் இலங்கா தீவத்தை ஆண்டுவந்த அரசன். இவன் செங்குட்டுவனது பத்தினிப் பிரதிஷ்டைக்கு வந்திருந்து, தன்னாட்டிலும் எழுந்தருளி அருள்புரிய வேண்டுமென்று அத் தேவியைப் பிரார்த்தித்தும், அவட்குத் தன் தலைநகரில் கோட்ட மெடுத்து வழிபட்டும் போந்தவனென்பது சிலப்பதிகாரத்தால் அறியப்பட்டது. இலங்கையின் இன்ன கோயிற்கு உரியதென்று அறியப்படாத படிவம் ஒன்று கிடைத்துள்ளது. அப்படிவத்தின் படம் இந்நூலின் முகப்பில் அமைக்கப்பட்டுள்ளது. இப்படிவம் 5-ஆம் நூற்றாண்டுக் குப்த சக்ரவர்த்திகள் காலத்துச் சிற்பவமைதி யுடையதாகும் என்று அத்துறை வல்லோர் கருதுவர் (Medieval and Modern Sculpture by V.A. smith, p. 248). இதனால், இலங்கைப் படிவம் செங்குட்டுவன் காலத்தில் அந்நாட்டார்களால் அமைக்கப்பட்ட வையாக வேண்டும் என்று கருதுதல் பொருத்தமேயாகும்.

இவ்வாறு ஐயங்கார் அவர்கள் கூறுவதன் கருத்து இது: இலங்கையில் கிடைத்த கண்ணகியின் (பத்தினித் தெய்வத்தின்) உருவம் குப்த அரசர் காலத்துச் சிற்ப அமைப்பு உடையது. குப்தர் காலம் கி.பி. 5-ஆம் நூற்றாண்டு. ஆகவே, இந்தப் பத்தினித் தெய்வ உருவமும் அதையமைத்த கஜவாகு அரசனும் அவன் காலத்தவனான செங்குட்டுவனும் கி.பி. 5-ஆம் நூற்றாண்டில் இருந்தவர் என்பதாம்.

ஐயங்கார் அவர்கள் கூறுவதுபோல, இலங்கையில் கிடைத்த பத்தினித் தெய்வ உருவப்படிவம் குப்தர் காலத்துச் சிற்ப அமைப்பு உடையதென்றே ஒப்புக் கொண்டாலும், இவர் காட்டுவது தவறான சான்றாக இருக்கிறது- இந்தப் படிவத்தைக் கஜவாகு அரசன்

அமைத்தான் என்றாவது, அவன் காலத்தில் அமைக்கப்பட்ட சிற்பம் இது என்றாவது சொல்ல முடியாது. ஏனென்றால் கஜபாகு, கண்ணகிக் உருவம் அமைக்கவில்லை. அக்காலத்தில் பெரும்பாலும் கோவில்களில் இருந்தது போலக் கஜவாகு அரசன் பீடிகை மட்டும் (பலிபீடம்) அமைத்தான் என்று சிலப்பதிகாரம் கூறுகிறது. சிலப்பதிகாரத்தை ஊன்றிப் படித்தவர் இதனை நன்கு அறிவர். சிலப்பதிகாரத்தை கூறுவதைப் பாருங்கள். அது கேட்டுக் கடல் சூழிலங்கைக் கயவாகு வென்பான் நங்கைக்கு நாட்பலிபீடிகைக் கோட்ட முந்துறுத்தாங்கு அரந்தை கெடுத்து வரந்தருமிவளென ஆடித்திங்களகவை யினாங்கோர் பாடி விழாக்கோள் பன்முறையெடுப்ப மழைவீற்றிருந்து வளம்பல பெருகிப் பிழையாவிளையுள் நாடாயிற்று" (சிலம்பு, உரைபெறு கட்டுரை 3).

"நாட்புலி பீடிகைக் கோட்டம் - நித்தலும் பலியிடு மிடத்தை யுடைய கோட்டம்" என்று அரும்பதவுரையாசிரியர் கூறுகிறார்.

எனவே, கஜவாகு அரசன் இலங்கையில் கண்ணகிக் கோட்டம் அமைத்து அதில் பலிபீடம் மட்டும் ஏற்படுத்தினான் என்பது தெரிகிறது. கண்ணகியின் உருவம் அமைக்கவில்லை. கண்ணகிக்கு அடையாளமாகச் சிலம்பு வைத்திருக்க வேண்டும். அந்தக் காலத்தில் கோவில்களில் தெய்வங்களின் உருவம் அமைக்கப்பட வில்லை. அந்தந்தத் தெய்வங்களின் அடையாளக் குறிகள் அமைக்கப்பட்டிருந்தன. முருகனுக்கு வேலும், இந்திரனுக்கு வெள்ளை யானை அல்லது வச்சிரமும், புத்தருக்குப் பாதமும் இவை போன்று அடையாளங்கள் மட்டும் வைத்து வழிபடப் பட்டன. அந்த முறையிலேதான் கஜவாகு அரசனும் தான் அமைத்த கண்ணகியின் கோவிலில் பலிபீடம் மட்டும் அமைத்தான் என்று சிலப்பதிகாரம் உரைபெறு கட்டுரை கூறுகின்றது.

(குறிப்பு: இலங்கையில் கிடைத்த இந்தச் செப்புத் திருமேனி இதுகாறும் கண்ணகியின் உருவம் என்று கருதப்பட்டு வந்தது. இப்போது, அவ்வுருவம் தாராதேவி என்னும் பௌத்தத் தெய்வத்தின் உருவம் என்று கருதப்படுகிறது.)

எனவே, இராகவையங்கார் அவர்கள், பிற்காலத்துக் கண்ணகி உருவம் ஒன்றைச் சான்றாகக் காட்டி அது கஜவாகு காலத்து உருவம் என்று தவறாகக் கருதிக் கொண்டு, அவ்வுருவம் குப்த அரசர்கள் கால முறைப்படி அமைந்தது என்று கூறி, ஆகவே கஜவாகுவும் செங்குட்டுவனும் கி.பி. 5-ஆம் நூற்றாண்டினர் என்று முடிவு கூறுவது தவறான பிழையுள்ள கருத்தாகும். ஆகவே, ஐயங்கார் அவர்கள் காட்டும் சான்று ஒப்புக் கொள்ளக் கூடாதது. அவர் கூறும் முடிவாகிய கி.பி. 5ஆம் நூற்றாண்டுக் காலமும் ஏற்றுக் கொள்ளத்தக்கதன்று.

எனவே, நாம் மேலே கூறிய கி.பி. 2-ஆம் நூற்றாண்டின் பிற்பகுதியே சேரன் செங்குட்டுவனும் கஜவாகு அரசனும் வாழ்ந்திருந்த காலம் என்பது பொருத்தமாகத் தெரிகிறது.

மகாவம்சம் என்னும் நூல் கூறுகிற இலங்கையரசனான கஜவாகு கி.பி.2-ஆம் நூற்றாண்டின் பிற்பகுதியில் இருந்தான் என்று சரித்திரக்காரர்கள் எல்லோரும் ஆராய்ந்து ஒப்புக் கொண்டிருக்கிறார்கள். எனவே, சேரன் செங்குட்டுவன் இருந்த காலம் கி.பி. 2-ஆம் நூற்றாண்டின் பிற்பகுதி என்பதில் ஐயம் இல்லை.

இனிச் சேர நாட்டைச் சூழ்ந்திருந்த ஏனைய இராச்சியங்களின் அக்காலத்து நிலையை யாராய்வோம்.

கொங்கணத்து நன்னர்

துளுநாட்டுக்குக் கொங்கண நாடு என்றும் பெயர் உண்டு. கொங்கணம், கொண்கானம் என்றும் கூறப்படும். சேர நாட்டுக்கு வடக்கே துளு நாடாகிய கொங்கண நாடு இருந்தது. இதன் வடக்கு எல்லை கோகர்ணம், தெற்கு எல்லை சேர நாடு, மேற்கில் மேல்கடல் (அரபிக் கடல்) இருந்தது. கிழக்கில் மேற்குத் தொடர்ச்சி மலைகள் இருந்தன. துளு நாட்டையும் அதற்குக் கிழக்கில் இருந்த கன்னட நாட்டையும் இடையில் இருந்து உயரமான மேற்குத் தொடர்ச்சி மலைகள் பிரித்து வைத்தன. துளு நாட்டின் கடற்கரைப் பகுதிகள் சமநிலமாகவும் கிழக்குப் பகுதிகள் மலைகள் உள்ள மேட்டு நிலமாகவும் இருந்தன. இப்போதைய தென் கன்னட மாவட்டமும் வட கன்னட மாவட்டத்தின் தெற்குப் பகுதியும், சேர்ந்ததுதான் பழையதுளு நாடாகிய கொங்கண நாடு (இது, இப்போது மகாராட்டிர தேசத்தில் உள்ள கொங்காண நாடு அன்று). சங்க காலத்தில் துளு நாடாகிய கொங்கண நாடு, தமிழ் வழங்கிய தமிழ்நாடாக இருந்தது. கி.பி. 14-ஆம் நூற்றாண்டு வரையில் தமிழ் பேசப்பட்ட சேர நாட்டில், தமிழ் மொழி சிதைந்து வேறுபட்ட மலையாள மொழியாக மாறிப்போனது போல, தமிழ் மொழி பேசப்பட்ட துளு நாட்டிலும் பிற்காலத்தில் தமிழ் மொழி சிதைந்து துளு மொழியாக மாறிவிட்டது.

நமது ஆராய்ச்சிக்குரியதான கி.பி.2-ஆம் நூற்றாண்டில் துளு நாட்டை நன்னர் என்னும் பெயருள்ள வேள்குள மன்னர் அரசாண்டார்கள். துளு நாட்டுக்குக் கொங்கண நாடு என்னும் பெயரும் உண்டாகையால், நன்னர்களுக்குக் கொங்காணங் கிழார் என்னும் பெயரும் வழங்கி வந்தது. கொங்காணங் கிழாராகிய நன்னர்கள் தமிழ்ப் புலவர்களைப் போற்றி ஆதரித்தார்கள். அக்காலத்துத் தமிழ் புலவர்களும் நன்னர்களைப் புகழ்ந்து பாடியுள்ளனர்.

நன்னன் - 1

நம்முடைய ஆராய்ச்சிக்குரிய கி.பி. 2-ஆம் நூற்றாண்டில் துளு நாட்டை அரசாண்ட நன்னனை முதலாம் நன்னன் என்று கூறுவோம். இந்த நன்னர், செங்குட்டுவனுடைய தந்தையாகிய இமயவரம்பன் நெடுஞ்சேரலாதன் காலத்தில் இருந்தவன் என்று தெரிகிறான். இவன் ‘பெண் கொலைபுரிந்த நன்னன்’ என்று கூறப்படுகிறான்.

இந்த நன்னனுக்குரியதாக மாமரம் ஒன்று இருந்தது. இந்த மாமரத்தை இவன் தன்னுடைய காவல் மரமாக வளர்த்திருந்தான் போலும். அந்த மாமரத்தின் பக்கமாக ஒரு சிற்றாறு ஓடிக் கொண்டிருந்தது. அந்த மாமரத்திலிருந்த மாங்கனியொன்று சிற்றாற்றில் விழுந்து நீரில் அடித்துக் கொண்டுபோயிற்று. ஆற்றில் நீராடிக் கொண்டிருந்த ஒரு பெண் அந்த மாங்கனியை எடுத்துத் தின்றாள். இச்செய்தியை அறிந்த நன்னன் அவளுக்குக் கொலைத் தண்டனை விதித்தான். அரசருக்குரிய பொருள்களைக் களவு செய்வது அக்காலத்தில் கொலைத் தண்டனைக்குரிய குற்றமாகக் கருதப்பட்டது. அரசனுக்குரிய மாங்கனி என்பதையறியாமல் நீரில் மிதந்து வந்த மாங்கனியை அப்பெண் எடுத்துத் தின்றாள். ஆயினும், அவளுக்குக் கொலைத் தண்டனை விதிக்கப்பட்டது. அறியாமல் செய்த குற்றத்தைப் பொறுத்தருள வேண்டுமென்றும் அக்குற்றத்துக்குத் தண்டமாகத் தொண்ணூற்றொன்பது யானை களையும் அப்பெண்ணின் எடையுள்ள பொன்னையும் கொடுப்ப தாகவும் அப்பெண்ணின் பெற்றோர் கூறி அவனைக் கொல்லா மல் விடும்படி வேண்டினார்கள். நன்னன் அவ்வேண்டுகோளுக்கு உடன்படாமல் அவளைக் கொன்றுவிட்டான். இதனால் அவன் மக்களின் வெறுப்புக்கு ஆளாகிப் “பெண் கொலை புரிந்த நன்னன்” என்று தூற்றப்பட்டான்.

மண்ணிய சென்ற ஒண்ணுதல் அரிவை
புனல்தரு பசுங்காய் தின்றதன் தப்பற்கு
ஒன்பதிற் றொன்பது களிற்றொடு அவள்நிறை
பொன்செய் பாவை கொடுப்பவுங் கொள்ளான்
பெண்கொலை புரிந்த நன்னன் போல
வரையா நிரையத்துச் செலீஇயரோ (குறுந்தொகை 292 : 1-5)

என்று பரணர் என்னும் புலவர் இச்செய்தியைக் கூறுகிறார்.

இவனுடைய கொடுஞ்செயலைக் கண்டு இவன்மீது சினங்கொண்ட கோசர் என்னும் செல்வாக்குள்ள ஒரு இனத்தார் ஏதோ சூழ்ச்சி செய்து இவனுடைய மாமரத்தை அடியோடு வெட்டிவிட்டார் என்னும் செய்தியைப் பரணரே கூறுகின்றார்.

நன்னன்
நறுமாறு கொன்று ஞாட்பிற் போக்கிய
ஒன்றுமொழிக் கோசர் போல
வன்கட் சூழ்ச்சியும் வேண்டுமால் சிறிதே

(குறுந்தொகை 73 : 2-5)

நன்னனுடைய மாமரத்தைக் கோசர் வெட்டினார்கள் என்பதைச் சரித்திர ஆசிரியர் எஸ்.கிருஷ்ணசாமி அய்யங்கார் அவர்கள், நன்னனுடைய பட்டத்து யானையைக் கொன்றார்கள் என்று கூறுகிறார் (S. Krishnaswamy Ayyangar, Beginnings of South Indian History, pp. 84. 85) மா என்பதற்கு மாமரம் என்றும் மிருகம் (யானை) என்றும் பொருள் உண்டு. ஆனால், இங்குக் கோசர் கொன்றது யானையை யன்று, மா மரத்தையேயாகும்.

இந்த நன்னன் பிண்டன் என்பவனுடன் போர் செய்து வென்றான் (அகம் 152 : 9-12) தன் பகைவரைப் போரில் கொன்று அவர்களுடைய மனைவியரின் கூந்தலைச் சிரைத்து அதனால் கயிறு திரித்தான் (நற். 270 : 8-10)

இவனுடைய கொங்கு நாட்டுக்கு அருகிலே கடலிலே சிறு தீவு ஒன்று இருந்தது. அத்தீவு இவனுடைய ஆட்சிக்கு உரியது. அத்தீவில் இருந்தவர்களைக் கொண்டு, யவன வாணிகக் கப்பல்கள் சேர நாட்டுக்குப் போகாதபடி இவன் தடுத்தான். இந்தத் தீவைக் கடந்துதான் யவனக் கப்பல்கள் சேர நாட்டுக்கு வர வேண்டும். வருகிற கப்பல்களை இந்தீவில் இருந்தவர்கள் கொள்ளையடித்துத் தடுத்தனர். அதனால் யவன வாணிகக் கப்பல்கள் சேர சாட்டுத் துறைமுகப்பட்டினங்களுக்கு வருவது தடைப்பட்டது. அந்தக் கடற் கொள்ளைக்காரர்கள் அத்தீவில் கடம்ப மரத்தைத் தங்கள் காவல் மரமாக வளர்த்து வந்தார்கள்.

செங்குட்டுவனுடைய தந்தையான நெடுஞ்சேரலாதன், செங்குட்டுவன் தலைமையில் ஒரு கடற்படையை அத்தீவுக்கு அனுப்பி, அங்கிருந்த கடற் கொள்ளைக்காரருடன் போர் செய்து அவர்களை வென்றான். அத்தீவில் அவர்கள் வளர்த்து வந்த காவல் மரமாகிய கடம்ப மரத்தை வெட்டி வீழ்த்தி, அத்தீவில் உள்ளவர்களின் குறும்பை யடக்கினான் (2 ஆம் பத்து 1 : 12-16, 10 : 2-6).

அத்தீவில் இருந்த கடற்கொள்ளைக் கூட்டத்தார் கடம்ப மரத்தைக் காவல் மரமாக வளர்த்து வந்தது உண்மையே. ஆனால், அவர்கள் கடம்பர் அல்லர். அவர்களைக் கடம்பர் என்று சங்க நூல்கள் கூறவில்லை. இக்காலத்துச் சிலர், கடம்ப மரத்தைக் காவல் மரமாக வளர்த்த அவர்களைக் கடம்பர் என்று தவறாகக் கூறுகின்றனர். சங்க

காலத்தில் மாமரம், புன்னைமரம், வேப்ப மரம், வாகைமரம் முதலிய மரங்களை அரசர் தங்கள் காவல் மரமாக வளர்த்து வந்தார்கள். இக்காலத்தில் கொடி மரங்களை நாட்டுவதுபோல அக்காலத்தவர் காவல் மரங்களை வளர்த்து வந்தார்கள். கொடிகளைப் பகைவர் கைப்பற்றிக் கொண்டால் கொடிக்குடையவர் தோற்றனர் என்று கருதப்படுவது போல, காவல் மரங்களைப் பகைவர் வெட்டிவிட்டார் வெட்டுண்ட காவல் மரத்துக்குரியவர் தோற்றவராகக் கருதப்பட்டனர்.

ஆனால், காவல் மரத்தின் பெயரை அம்மரத்துகுரியவர் சூட்டிக் கொள்வதில்லை. புன்னை மரத்தையுடையவர் புன்னையர், வேப்ப மரத்தையுடையவர் வேம்பர் (மோகூர் மன்னன் வேம்பைக் காவல் மரமாக வளர்த்தான்), வாகை மரத்தை வளர்த்தவர் வாகையர் என்று பெயர் பெறவில்லை. அது போன்று துளு நாட்டுத் தீவில் இருந்தவர் கடம்ப மரத்தைக் காவல் மரமாகக் கொண்டிருந்ததனாலே அவர்கள் கடம்பர் என்று பெயர் பெறவில்லை.

இதனையறியாமல் இக்காலத்துச் சிலர் அத்தீவிலிருந்தவரைக் கடம்பர் என்று தவறாகக் கூறுவதோடு அமையாமல் அக்கடம்பர், பிற்காலத்தில் சரித்திரத்தில் கூறப்படுகிற கடம்ப அரசர்களின் முன்னோர்கள் என்றும் எழுதியுள்ளனர் (K.N. Sivaraja Pillai, The Chronology of the Early Tamils, 1932, P. 111, Foot Note, 124, 176 Footnote 1; P.T. Srinivasa Iyengar, History of the Tamils, 1929, p.501; K.G. Sesha Aiyar, Cera Kings of the Sangam Period, 1937 p. 19). ஆனால், பிற்காலத்துக் கடம்ப அரசர் பரம்பரையை உண்டாக்கினவன் மயூரசர்மன் என்னும் பிராமணன் என்று சரித்திரம் கூறுகிறது. இந்த மயூரசர்மன் கி.பி. 4-ஆம் நூற்றாண்டில் இருந்தவன். காஞ்சீபுரத்துப் பல்லவ அரசர்களுடன் பகைத்து அவர்களுக்கு எதிராக பனவாசி இராச்சியத்தை ஏற்படுத்தினவன். ஏறத்தாழ கி.பி. 360-இல் முடிசூடிக் கொண்டவன். எனவே, கடம்ப அரசர் பரம்பரை ஏற்பட்டதே கி.பி. 4-ஆம் நூற்றாண்டில், அப்படியிருக்கக் கி.பி.2-ஆம் நூற்றாண்டில் இருந்த துளு நாட்டுத் தீவிலிருந்தவர்களுக்கு (அவர்கள் கடம்ப மரத்தைக் காவல் மரமாகக் கொண்டிருந்த காரணத்தினாலே) கடம்பர் என்று அவருக்கு இல்லாத பெயரைப் புதிதாகக் கொடுத்து அவரைக் கடம்ப அரசரின் முன்னோர் என்று கூறுவது பொருந்தாது. இது சரித்திர உண்மைக்கு ஒவ்வாத தவறு ஆகும். இவ்வாறு சரித்திரத்துக்கு மாறுபடக் கூறி, துளு நாட்டுத் தீவிலிருந்த கடம்ப மரத்தைப் பிற்காலத்துக் கடம்ப குல அரசருடன் இணைத்து முடிபோட்டு, கி.பி. 2-ஆம் நூற்றாண்டி லிருந்த நெடுஞ்சேரலாதனைக் கி.பி.5-ஆம் நூற்றாண்டிலிருந்த கடம்ப அரசர்கள் காலத்தில் அமைத்துக் கூறுகிறார் சீநிவாச அய்யங்கார் (P.T. Srinivasa Iyengar, History of the Tamils, p. 501) ஆனால், கடம்ப அரசர்களின் முன்னோர்

இத்தீவில் இருந்தவர் என்று தாம் கூறியதை இவரே தாம் எழுதிய இந்திய தேச சரித்திரத்தில் கூறாமல் மறைத்துவிட்டார். 1929-இல் இவர் எழுதிய தமிழர் சரித்திரத்தில் துளு நாட்டுத் தீவில் இருந்தவர்கள் கடம்ப குலத்து அரசரின் முன்னோர் என்று கூறிய இவர், 1942-இல் தாம் எழுதிய அட்வான்ஸ் ஹிஸ்டரி ஆப் இண்டியா (P.T. Srinivasa Iyengar, Advanced History of india (Hindu Period),. Revised Edition 1942, p.264) என்னும் நூலில் இச்செய்தியை அறவே மறைத்துவிட்டுக் கடம்ப அரசர்களின் ஆதி புருஷன் மயூரசர்மன் என்று எழுதியிருக்கிறார். இதனால் இவர் முன்பு கூறியது தவறு என்று இவர் பிறகு உணர்ந்து கொண்டார் என்பது தெரிகிறது.

நன்னன் - 2

முதலாம் நன்னனுக்குப் பிறகு துளு நாட்டை யரசாண்டவன் அவன் மகனான நன்னன் என்பவன். இவனை இரண்டாம் நன்னன் என்று கூறுவோம். இவன், செங்குட்டுவனின் காலத்தில் இருந்தவன். இந்த நன்னன் தன்னுடைய துளு இராச்சியத்தைப் பெரிதாக்க முயற்சி செய்தான். துளு நாட்டுக்குத் தெற்கே இருந்த சேர நாட்டின் வடபகுதியான பூழி நாட்டைக் கைப்பற்றிக் கொண்டான். மேலும், கொங்கு நாட்டின் வடக்குப் பக்தியைச் சேர்ந்திருந்த பூன்னாட்டையும் கைப்பற்றினான். புன்னாடு அக்காலத்தில் நீலக் கல்லுக்குப் பேர் போனது. அங்கு அக்காலத்தில் நீலக்கல் சுரங்கம் இருந்தது. புன்னாட்டு நீலக்கற்கள் உரோமாபுரி முதலிய அயல் நாடுகளிலும் புகழ் பெற்றிருந்தது. தொன்னாட்டுக்கு அக்காலத்தில் வந்த யவன வாணிகர் அந் நீலக்கற்களையும் வாங்கிக் கொண்டு போனார்கள்.

அக்காலத்தில் சேர அரசர்கள் தங்கள் நாட்டை யடுத்திருந்த கொங்கு நாட்டில் தென் பகுதிகளைக் கைப்பற்றிச் சேர இராச்சியத்துடன் இணைத்துக் கொண்டனர். மேலும், கொங்கு நாட்டு வேறு பகுதிகளைக் கைப்பற்றவும் முயற்சி செய்து கொண்டிருந்தார்கள் இந்த நிலையில் இந்த நன்னன், சேர நாட்டுக்குரிய பூழி நாட்டையும் வட கொங்கிலிருந்த புன்னாட்டையும் கைப்பற்றிக் கொண்டபடியினாலே சேர அரசர் இந்த நன்னனைப் பகைத்து இவனை ஒடுக்க எண்ணினார்கள். ஆகவே, இந்நன்னன் மேல் களங்காய்க் கண்ணி நார்முடிச்சேரல் போர் தொடுத்தான்.

நன்னனுடைய மறவன் (சேனைத் தலைவன்) மிஞிலி என்பவன். மிஞிலி துளு நாட்டில் பாரம் என்னும் ஊரில் இருந்தான். அவன் சிறந்த வீரன்.

விளை அம்பின் வில்லோர் பெருமகன்
பூந்தோள் யாப்பின் மிஞிலி காக்கும் பாரம்

என்று நற்றிணைச் செய்யுள் (265 : 3-5) கூறுகிறது.

இந்த நன்னன் காலத்திலும் நார்முடிச்சேரல் காலத்திலும் பாண்டி நாட்டை அரசாண்டவன் பசும்பூட் பாண்டியன் என்பவன். பசும்பூட்பாண்டியனுடைய மறவன் (சேனைத் தலைவன்) அதிகமான் நெடுமிடல் என்னும் சிற்றரசன். அதிகமான் நெடுமிடல் கொங்கு நாட்டுத் தகடூரின் அரசன். நெடுமிடல் நன்னனுடைய துளு நாட்டின் மேல் படையெடுத்துச் சென்றான், இவனை, நன்னனுடைய சேனைத் தலைவனான மிஞிலி வாகைப் பறந்தலை என்னும் இடத்தில் எதிர்த்துப் போரிட்டான். அப்போரில் அதிகமான் நெடுமிடல் இறந்துபோனான்.

கூகைக் கோழி வாகைப் பறந்தலைப்
பசும்பூட் பாண்டியன் வினைவல் அதிகன்
களிறொடு பட்ட ஞான்றை (குறுந்தொகை 393 : 3-.5)

அதிகமான் இந்தப் போரில் இறந்ததைப் பரணர் அகம் 142-ஆம் செய்யுளிலும் கூறுகிறார். பாழி என்னும் இடத்தில் அவன் இறந்ததாகக் கூறுகிறார். வாகைப் பறந்தலை, பாழி என்னும் இடங்கள் ஒன்றே. இவை வெவ்வேறு இடங்கள் என்று கூறுவது பிழையாகும்.

சேர அரசனான களங்காய்க் கண்ணி நார் முடிச்சேரலும் நன்னன் மேல் போர் தொடுத்தான். நார்முடிச்சேரல், தன்னுடைய மறவன் (சேனைத் தலைவன்) ஆன வெளியன் வேண்மான் ஆய் எயினன் என்பவனைப் புன்னாட்டின் சார்பாக நன்னன் மேல் போர் செய்யத் துளு நாட்டுக்கு அனுப்பினான். ஆய் எயினன் துளு நாட்டுக்குப் படையெடுத்துச் சென்றபோது மேலே கூறிய மிஞிலி அவனைப் பாழி என்னும் இடத்தில் எதிரிட்டுப் போர் செய்தான். கடுமையாக நடந்த அந்தப் போரில் சேரனுடைய சேனைத் தலைவனான ஆய்எயினன் இறந்துபோனான்.

பொலம்பூண் நன்னன் புன்னாடு கடிந்தென
யாழிசை மறுகில் பாழி யாங்கண்
அஞ்சல் என்ற ஆய் எயினன்
இகலடு கற்பின் மிஞிலியொடு தாக்கித்
தன்னுயிர் கொடுத் தனன் (அகம் 396 : 2-6)

கடும்பரிக் குதிரை ஆஅய் எயினன்
நெடுந்தேர் மிஞிலியொடு பொருது களம்பட்டென
(அகம் 148 : 7-8)

வேறு இரண்டு அகப்பாட்டிலும் இச்செய்தி கூறப்படுகிறது (அகம். 181 : 3-7; 208 : 5-6)

நார்முடிச்சேரல் தன்னுடைய சேனாபதி தோல்வியடைந்து இறந்ததற்காகத் தான் தொடுத்த போரை நிறுத்தவில்லை. அவன்

தொடர்ந்து துளு நாட்டின்மேல் சில காலம் போர் செய்தான். அப்போர் 'நிலைச்செரு'வாக நீண்டது. நார்முடிச்சேரல் ஒரு புறமும் அவன் தம்பியாகிய செங்குட்டுவன் இன்னொரு புறமும் மற்றொரு புறமும் சென்று துளு நாட்டைத் தாக்கிப் போர் செய்தார்கள். செங்குட்டுவன், கடற்கரைப் பக்கமாகப் போய்த் துளு நாட்டைத் தாக்கிப் போர் செய்து வியலூர், கொடுகூர், நறவு முதலிய ஊர்களைக் கைப்பற்றினான். நார் முடிச்சேரல் நடுப்பகுதியில் சென்று போர் செய்துதான் முன்பு இழந்துவிட்ட பூழிநாட்டை மீட்டுக்கொண்டதல்லாமல், நன்னனுடைய நாடுக்குள் புகுந்து போர் செய்தான். நன்னன், நார்முடிச் சேரலை எதிர்த்துப் போரிட்டான். பெருவாயில், வகைப் பெருந்துறை என்னும் இடங்களில் போர் நடந்தது. கடைசியில் நன்னன் தோற்று இறந்துபோனான். வெற்றி பெற்ற நார்முடிச்சேரலுக்குத் துளு நாடு அடங்கிற்று.

குடாஅது
இரும்பொன் வாகைப் பெருந்துறைச் செருவில்
பொலும்பூண் நன்னன் பொருதுகளத் தொழிய
வலம்படு கொற்றந் தந்த வாய்வாள்
களங்காய்க் கண்ணி நார்முடிச் சேரல்
இழந்தநாடு தந்தன்ன வளம் (அகம் 199 : 18-24)

இவ்வெற்றியைப் பதிற்றுப்பத்து 4-ஆம் பத்துங் கூறுகிறது (4ஆம் பத்து 4 : 14-16, பதிகம்).

நன்னன் போரில் இறந்த பிறகு துளு நாடு நார்முடிச் சேரலுக்குக் கீழடங்கிற்று. துளு நாட்டின் பேர்பெற்ற துறைமுகப் பட்டினமாகிய நறவு என்னும் பட்டினத்தில், நார்முடிச்சேலின் தம்பியும் செங்குட்டுவனின் தம்பியுமாகிய ஆடுகோட்பாட்டுச் சேரலாதன் தங்கி அரசாண்டான்.

பொங்குபிசிர்ப் புணரி மங்குலோடு மயங்கி
வருங்கடல் ஊதையில் பனிக்கும்
துவ்வா நறவின் சாயினத் தாளே (6ஆம் பத்து 10 : 10-12)

நன்னன் - 3

களங்காய்க்கண்ணி நார்முடிச்சேரல் துளு நாட்டை வென்ற பிறகு இரண்டாம் நன்னனின் மகனான நன்னன் என்பவன் சேர அரசருக்குக் கீழடங்கித் துளு நாட்டையரசாண்டான். இவனை மூன்றாம் நன்னன் என்று கூறுவோம். இந்த மூன்றாம் நன்னன், நன்னன் உதியன் என்று பெயர் பெற்றான். நன்னன் என்பது இவன் குடிப்பெயர். உதியன் என்பது சேர அரசனின் குடிப் பெயர். சேர ஆட்சிக்குக்

கீழடங்கியபடியால் இவன், சேரனின் குடிப்பெயராகிய உதியன் என்னும் பெயரையும் தன் பெயருடன் இணைத்து நன்னன் உதியன் எனப்பட்டான். இவன் இருந்த ஊர் பாழி என்பது. நன்னன் உதியன் அருங்கடிப் பாழி என்று அகப்பாட்டுக் கூறுகிறது (அகம் 358 : 1).

பெரும்பூட் சென்னி என்னும் சோழன், சேரருக்கு உரியதான கொங்கு நாட்டுக் கட்டூரின் மேல் தன் சேனைத் தலைவனான பழையன் என்பவனை அனுப்பினான். பழையன் கட்டூரின் மேல் படையெடுத்தும் சென்றான். அவனைச் சேர அரசன் சார்பாக இந்த மூன்றாம் நன்னனும் (நன்னன் உதியன்), ஏற்றை, அத்தி, கங்கன், கட்டி, புன்றுறை என்னும் வேறு சிற்றரசர்களும் எதிர்த்துப் போர் செய்து போர்க்களத்தில் கொன்றுவிட்டார்கள் (அகம் 44 : 7-11) இச்சிற்றரசர்கள் சேரர்களுக்குக் கீழடங்கியவர் எனத் தோன்றுகின்றனர்.

குறிப்பு: நன்னன் என்னும் பெயருள்ள வேறு சில அரசர் களும் அக்காலத்தில் இருந்தார்கள். பல்குன்றக் கோட்டத்துச் செங்கண்மா என்னும் ஊரை (இப்போதைய தென் ஆர்க்காடு மாவட்டத்தில் உள்ள செங்கம்) நன்னர் என்னும் பெயருள்ள அரச குடும்பத்தார் அரசாண்டனர். அந்த நன்னர்களில் ஒரு நன்னன் மேல் பாடப்பட்டதுதான் மலைபடுகடாம் என்னும் கூத்தராற்றுப்படை. இந்தச் செங்கண்மாத்து நன்னர் வேறு, துளு நாட்டு மன்னர் வேறு. பெயர் ஒற்றுமை காரணமாக இருவரையும் ஒரே குலத்தவராகக் கருதுவது தவறு.

பாண்டிய மன்னர் பசும்பூட் பாண்டியன்

செங்குட்டுவன் காலத்தில் பாண்டிய நாட்டை அரசாண்ட மன்னர் யாவர் என்பது பற்றி ஆராய்வோம். செங்குட்டுவனின் தமயனான களங்காய்க்கண்ணி நார்முடிச்சேரல் காலத்தில் பாண்டி நாட்டை அரசாண்ட அரசன் பசும்பூட் பாண்டியன் என்பது தெரிகிறது. பசும்பூட் பாண்டியனைப் பரணர் என்னும் புலவர் தமது செய்யுள்களில் குறிப்பிடுகிறார். (பரணர், நார்முடிச்சேரல், செங்குட்டுவன் ஆகியோர் காலத்தில் இருந்த புலவர். செங்குட்டுவன்மீது 5-ஆம் பத்துப் பாடியவர். செங்குட்டுவன் இமயம் சென்றதற்கு முன்பு காலமானார்.) பரணர், பசும்பூட் பாண்டியனும் கொங்கு நாட்டுத் தகடூர் அதிகமானும் நண்பர் என்றும் பாண்டியன் கொடி அதிகமானுடைய மலையில் பறந்தது என்றும் கூறுகிறார் (அகம் 162 : 17-23). அதிகமான், ‘பசும்பூட் பாண்டியன் வினைவல் அதிகன்’ (குறுந். 393:4) (வினை-போர்)

பசும்பூட்பாண்டியன் காலத்திலிருந்த மதுரைக் கணக்காயனார் என்னும் புலவர், இவன் செங்கோலாட்சியும் அறநெறியும் உடையவன் என்று கூறுகிறார்.

அறங்கடைப் பிடித்த செங்கோ லுடனமர்
மறஞ்சாய்த் தெழுந்த வலனுயர் திணிதோள்
பலர்புகழ் திருவின் பசம்பூட் பாண்டியன் (அகம் 338 : 3-5)

பசும்பூட் பாண்டியன் கொங்கு நாட்டிலிருந்த கொங்கரை ஓட்டி அவர்களுடைய நாட்டைக் கைப்பற்றினான் என்றும் அவ்வெற்றியை மதுரை மக்கள் ஆரவாரத்தோடு கொண்டாடினார்கள் என்றும் நக்கீரர் கூறுகிறார்.

வாடாப் பூவிற் கொங்கர் ஓட்டி
நாடுபல தந்த பசும்பூட் பாண்டியன்
பொன்மலி நெடுநகர்க் கூடல் ஆடிய
இன்னிசை ஆர்ப்பு (அகம் 253 : 4-7)

(நக்கீரனார் இப்பாண்டியனுடைய காலத்துக்குப் பின் இருந்தவர். இச்செய்தியை இவர் தமது தகப்பனாராகிய மதுரைக் கணக்காயனாரிடமிருந்து தெரிந்து கொண்டார் போலும்.) இதனால், பசும்பூட் பாண்டியன் கொங்கு நாட்டின் சில பகுதிகளை வென்று கொண்டான் என்பது தெரிகின்றது. பேரரசன் இல்லாமல் சிற்றரசர்கள் மட்டும் ஆட்சி செய்துகொண்டிருந்த கொங்கு நாட்டைச் சேர அரசர்கள் சிறிதுசிறிதாகக் கைப்பற்றிச் சேர இராச்சியத்தைப் பெருகச் செய்து கொண்டபோது, பாண்டியரும் சோழரும் வாளா இருக்கவில்லை. அவர்களும் கொங்கு நாட்டைக் கைப்பற்ற முயற்சி செய்தனர். அவ்வாறு முயற்சி செய்தவர்களில் பசும்பூட் பாண்டியனும் ஒருவன். இவன், கொங்கு நாட்டின் ஒரு பகுதியை யரசாண்ட தகடூர் மன்னர் பரம்பரையில் வந்த அதிகமான் நெடுமிடல் என்பவனைத் துணையாகக் கொண்டு கொங்கு நாட்டின் சில பகுதிகளைக் கைப்பற்றினான். அதிகமான் நெடுமிடல், சேர மன்னர் கொங்கு நாட்டுப் பகுதிகளைக் கைப்பற்றிக்கொண்டு வருவதையறிந்து, தனக்கு ஆபத்து ஏற்படும் என்பதை யுணர்ந்து, தனக்கு உதவியாகப் பசும்பூட் பாண்டியனுடன் நட்புக் கொண்டான் என்பது தெரிகிறது. பசும்பூட் பாண்டியனுக்கு பகைவராகிய சில அரசர்கள் இப்பாண்டியனுடைய துணைவனாகிய நெடுமிலுடன் போர் செய்து ஒரு போரில் அவனைத் தோற்கச் செய்தனர். இதனை,

யாழிசை மறுகின் நீடூர் கிழவோன்
வாய்வாள் எவ்வி ஏவல் மேவார்
நெடுமிடல் சாய்த்த பசும்பூட் பொருந்தலர்
(அகம் 266 : 10-12)

என்றும் பரணர் கூறுகிறார்.

பசும்பூட் பாண்டியனுடைய சேனாபதியாகிய அதிகமான் நெடுமிடலினை, நார்முடிச்சேரல் (செங்குட்டுவனின் தமயன்) வென்றான் என்று காப்பியாற்றுக் காப்பியனார் கூறுகின்றார்.

நெடுமிடல் சாயக் கொடுமிடல் துமியப்
பெருமலை யானையொடு புலங்கெட இறுத்து

(4-ஆம் பத்து 2 : 10-11)

இதன் பழைய உரையாசிரியர் நெடுமிடல் என்பதற்கு இவ்வாறு விளக்கங் கூறுகிறார்: "நெடுமிடல் - அஞ்சி. இற் (இயற்) பெயராம்."

இவனுடைய சேனாபதியாகிய நெடுமிடல் துளு நாட்டில் போர் செய்து அப்போரில் உயிர் துறந்தான் (பரணர், குறுந். 373: 3-6). பசும்பூண் பாண்டியனைப் பற்றி வேறு செய்திகள் தெரியவில்லை. இவன் எத்தனை ஆண்டு அரசாண்டான் என்பதும் தெரியவில்லை.

நெடுஞ்செழியன் - I

இவனுக்குப் பிறகு பாண்டி நாட்டையரசாண்டவன் நெடுஞ் செழியன் என்பவன். வேறு சில நெடுஞ்செழியர் இருந்தபடியால் அவர்களில் இருந்து பிரித்தறிவதற்காக இந்நெடுஞ்செழியனை 'ஆரியப் படை கடந்த நெடுஞ்செழியன்' என்று கூறுவர். இவன், ஆரியப் படையை வென்ற செய்தி விபரமாகத் தெரியவில்லை. அப்போர் எங்கு நடந்தது என்பதும் தெரியவில்லை. இந்நெடுஞ் செழியன் கவி பாடும் புலமையுடையவன். இவன் இயற்றிய 'உற்றுழி யுதவியும் உறுபொருள் கொடுத்தும், பிற்றைநிலை முனியாது கற்றல் நன்றே' என்று தொடங்கும் செய்யுள் கல்வியின் சிறப்பைக் கூறுகின்றது. இச்செய்யுள் புறநானூற்றில் (183) தொகுக்கப்பட்டிருக்கிறது.

நெடுஞ்செழியன் மதுரையிலிருந்து அரசாண்ட காலத்தில், இவனுடைய தம்பியாகிய வெற்றிவேற் செழியன், பாண்டி நாட்டுத் துறைமுகப்பட்டினமாகிய கொற்கைப்பட்டினத்தில் இருந்து அரசாண்டான். இந்த நெடுஞ்செழியனை எதிர்த்துச் சோழனும் சேரனும் போர் செய்தனர் என்றும் அப்போர் மதுரைக்கு அருகில் நடந்தது என்றும் அப்போரில் நெடுஞ்செழியன் வெற்றி பெற்றான் என்றும் பரணர் கூறுகிறார் (அகம் 116:13-19).

நெடுஞ்செழியன் ஆட்சிக் காலத்தில் கோவலன் மதுரையில் தவறாகக் கொலையுண்டான். பெரும் பொருளைச் செலவு செய்து வறுமையடைந்த கோவலன் பொருள் ஈட்டுவதற்காகக் கண்ணகியுடன் காவிரிப்பூம்பட்டினத்திலிருந்து மதுரைக்குச் சென்றான். சென்று கண்ணகியின் காற்சிலம்பை விற்கப் பொற்கொல்லனிடம் விலை கூறியபோது, அப்பொற்கொல்லன், நாட்டுக்குப் புதியவனாகிய கோவலன்மீது களவுக் குற்றஞ்சாற்றிக் கொல்வித்தான். கண்ணகியார், பாண்டியன் சபைக்கு நேரில் சென்று வழக்குரைத்துக் கோவலன் கள்வன் அல்லன் என்பதை மெய்ப்பித்தார்.

தான் தவறு செய்து அநியாயமாகக் கோவலனைக் கொன்றதை யுணர்ந்த நெடுஞ்செழியன் இதய அதிர்ச்சியினால் சிம்மாசனத்தில் இருந்தபடியே உயிர்விட்டான். ஆகவே, இவனுக்கு 'அரசு கட்டிலிற் றுஞ்சிய பாண்டியன் நெடுஞ்செழியன்' என்றும் பெயர் ஏற்பட்டது. (அரசு கட்டில் - சிம்மாசனம்; துஞ்சிய - இறந்த)

வட வாரியர் படை கடந்து
தென்றமிழ் நாடொருங்கு காணப்
புரைநீர் கற்பிற் றேவி தன்னுடன்
அரைசு கட்டிலிற் துஞ்சிய பாண்டியன்
நெடுஞ் செழியன்

என்று இப்பாண்டியனைச் சிலப்பதிகாரம் (மதுரைக் காண்டம், கட்டுரை) கூறுகின்றது. இவன் எத்தனை ஆண்டு அரசாண்டான் என்பது தெரியவில்லை. இவனும் சேரன் செங்குட்டுவனும் சம காலத்தவர்.

வெற்றிவேற் செழியன்

'ஆரியப்படை கடந்த,' 'அரசுகட்டிலில் துஞ்சிய' பாண்டியன் நெடுஞ்செழியனுக்குப் பிறகு, கொற்கைப்பட்டினத்தில் இளவரசனாக இருந்த வெற்றிவேற் செழியன், பாண்டி நாட்டின் அரசனானான் (சிலம்பு 27 : 127-138). இப்பாண்டியன் ஆட்சிக்கு வந்த உடனே, கோவலன் தவறாகக் கொலை செய்யப்பட்ட காரணத்தை விசாரித்து உண்மையறிந்து, அரச நீதி தவறுவதற்குக் காரணமாக இருந்த பொற்கொல்லனையும் அவனுக்கு உதவியாயிருந்தவர்களையும் தண்டித்தான் (சிலம்பு 27: 127-130, உரைபெறு கட்டுரை 1). இவன் கண்ணகிக்கு மதுரையில் விழாச் செய்தான் என்று சிலப்பதிகாரம் உரைபெறு கட்டுரை கூறுகிறது.

கங்கைக் கரையிலே போர் செய்து தோல்வியடைந்த கனகவிசயரைச் செங்குட்டுவன் சிறைப்பிடித்து வந்து, அவர் களைச் சோழனுக்கும் பாண்டியனுக்கும் காட்டும்படித் தன் உத்தியோகஸ்தனான நீலனை அனுப்பினான். நீலன் காண்டிநாடு சென்று வெற்றிவேற் செழியனுக்குக் கனகவிசயர்களைக் காட்டிய போது வெற்றிவேற்செழியன், செங்குட்டுவனின் வெற்றியைப் போற்றவில்லை. 'போர் செய்யமுடியாமல் துறவி வேடம் பூண்டு போர்க்களத்திலிருந்து ஓடிய இவர்களைச் சிறைப்பிடித்து வந்தது புதுமையாக இருக்கிறது!' என்று கூறினான் (சிலம்பு 28: 97-197). செழியன் பாண்டி நாட்டின் அரசனான பிறகு நன்மாறன் என்று பெயர் பெற்றான் என்பர். பாண்டியன் சித்திரமாடத்துத் துஞ்சிய நன்மாறன் என்பவன் இவனே. இப்பாண்டியன் எத்தனை ஆண்டு அரசாண்டான்

என்பதும் இவனைப் பற்றிய வேறு செய்திகளும் தெரியவில்லை. இவனும் சேரன் செங்குட்டுவன் காலத்தில் இருந்தவன் ஆரியப் படை கடந்த நெடுஞ்செழியன் உயிர் நீத்ததும் வெற்றிவேற் செழியன் மதுரையில் வந்து முடி சூடியதும் ஏறக்குறைய கி.பி.175-ஆம் ஆண்டில் ஆகும்.

நெடுஞ்செழியன் - 2

வெற்றிவேற் செழியனுக்குப் பிறகு பாண்டி நாட்டை அரசாண்டவன் மற்றொரு நெடுஞ்செழியன். இந்த நெடுஞ்செழியன், இவனுக்கு முன்பு இருந்த ஆரியப்படை கடந்த, அரசு கட்டிலிற் துஞ்சிய நெடுஞ்செழியனின் வேறு என்பதைத் தெரிவிக்க இவனைத் 'தலையாலங்கானத்துச் செருவென்ற நெடுஞ்செழியன்' என்று கூறுவர். இந்த நெடுஞ்செழியன் மீது பாடப் பட்டதுதான் மதுரைக்காஞ்சி. இப்பாண்டியன், சேரன், செங்குட்டுவன் இறந்த பிறகு பாண்டி நாட்டையரசாண்டான். இவன் செங்குட்டுவன் காலத்துக்குப் பின் இருந்தவனாகலின் இவனைப் பற்றிய ஆராய்ச்சி இங்கு வேண்டுவதில்லை. ஆனால், ஒரு முக்கியமான செய்தியை இங்கு கூற வேண்டும். அதென்னவெனில்,

ஆரியப்படை கடந்த நெடுஞ்செழியன் வேறு, தலையாலங் கானத்துச் செரு வென்ற நெடுஞ்செழியன் வேறு. ஆரியப்படை கடந்த நெடுஞ்செழியன் கூடல் (மதுரை) பறந்தலையில் சேர, சோழ அரசர்களை வென்றான். இச்செய்தியைப் பரணர் தம் செய்யுளில் (அகம் 16: 12-18) கூறுகிறார். தலையாலங்கானத்துப் பறந்தலைப் போரில் சேர சோழர்களை வென்ற நெடுஞ்செழி யனைக் கல்லாடனார் பாடியுள்ளார் (புறம் 25). இவர்கள் வெவ்வேறு காலத்தில் இருந்த வெவ்வேறு நெடுஞ்செழியர்கள். இதனை அறியாமல், இவ்விரு நெடுஞ்செழியரும் ஒருவரே என்று தவறாகக் கருதிக்கொண்டார். திரு. பி.டி.சீநிவாச ஐயங்கார். இருவரையும் ஒருவர் என்றே தவறாகக் கருதிக்கொண்டு, தாம் ஆங்கிலத்தில் எழுதிய தமிழர் சரித்திரம் என்னும் நூலில் தவறாக எழுதி விட்டார். (P.T. Srinivasa Aiyangar, History of the Tamils, 1924, p. 444) மேலும், ஐயங்கார் மற்றொரு தவற்றையும் செய்துவிட்டார். செங்குட்டுவன் காலத்திலும் ஆரியப்படை கடந்த நெடுஞ்செழியன் காலத்திலும் இருந்த பரணரைப் பிற்காலத்தில் இருந்த தலை யாலங்கானத்துப் போர் வென்ற நெடுஞ்செழியன் காலத்துக்கும் பிற்பட்டவர் என்று மற்றொரு தவறான செய்தியை எழுதி விட்டார். செங்குட்டுவனைப் பதிற்றுப்பத்திலும் (5-ஆம் பத்து), ஆரியப்படை கடந்த நெடுஞ்செழியனை அகப்பாட்டிலும் (அகம் 116 : 12-18)

குறிப்பிட்டுப் பாடிய பரணர், செங்குட்டுவன் பத்தினிக் கோட்டம் அமைப்பதற்கு முன்பே காலமானார். இதனை அறியாமல், சீநிவாச ஐயங்கார், செங்குட்டுவனுக்குப் பிறகு இருந்த தலையாலங்கானத்துச் செருவென்ற நெடுஞ்செழியனுக்கும் பிற்காலத்தில் பரணர் இருந்தார் என்று எழுதியுள்ளார். இவ்வாறெல்லாம் தவறாகக் கூறுவதன் காரணம் என்னவென்றால் வெவ்வேறு நெடுஞ்செழியரை ஒரே நெடுஞ்செழியன் என்று பிழையாகக் கருதிக்கொண்ட தவறேயாம்.

மோகூர் மன்னன்

பாண்டியர்களுக்குக் கீழடங்கிப் பாண்டி நாட்டு மோகூரில் சிற்றரசர் பரம்பரை ஒன்று இருந்தது. மோகூர் சிற்றரசருக்குப் பழையர் என்னும் குடிப்பெயர் உண்டு. மோகூர்ப் பழையர்கள் பாண்டியர், படைக்குச் சேனைத் தலைவராக இருந்தவர்கள்.

மோகூர், இப்போதுள்ள மதுரைக்கு வடகிழக்கே ஏழு மைல் தூரத்திலும், அழகர்மலைக்குத் தெற்கே பத்து மைல் தூரத்திலும் இருக்கிறது (இவ்வூர், பிற்காலத்தில் திருமோகூர் என்று பெயர் பெற்று வைணவர்களின் 108 திருப்பதிகளில் ஒன்றாகத் திகழ்ந்தது. இவ்வூர்க் காளமேகப் பெருமானைப் பிற்காலத்திலிருந்த நம்மாழ்வாரும் திருமங்கையாழ்வாரும் பாடியுள்ளனர்). மோகூர்ப் பழையர்கள் தங்கள் ஊரில் வேப்பமரத்தைக் காவல் மரமாக வளர்த்து வந்தனர்.

சேரன் செங்குட்டுவன் காலத்தில் (கி.பி. 2-ஆம் நூற்றாண்டின் பிற்பகுதியில்), இருந்த மோகூர்ப் பழையனுக்கும் அறுகை என்பவனுக்கும் பகை ஏற்பட்டுப் பழையன், அறுகையைப் போரில் வென்றான். அதனால் அறுகை, பழையனுக்கு அஞ்சி ஒடுங்கினான். அறுகையின் நண்பனான சேரன் செங்குட்டுவன், மோகூர்ப் பழையன் மேல் படையெடுத்துச் சென்று அவனுடைய காவல் மரத்தை வெட்டி வீழ்த்திப் பழையனையும் போரில் கொன்றான். (பதிற்று. 5ஆம் பத்து; 4 : 10-17, 9 : 7-17 ; பதிகம் 13-17; சிலம்பு 27: 124-126). இந்தப் பழையன் ஆரியப்படை கடந்த நெடுஞ்செழியன் (அரசு கட்டிலில் துஞ்சிய நெடுஞ்செழியன்) காலத்தில் இருந்தவன்.

மோகூர்ப் பழையன் இறந்த பிறகு அவனுடைய மகன் 'பழையன்' என்னும் குடிப்பெயருடன் மோகூரையரசாண்டான். இவன் தலையாலங்கனத்துச் செருவென்ற நெடுஞ்செழியன் காலத்திலும் இருந்தான். மதுரைக் காஞ்சியில்,

பழையன் மோகூர் அவையகம் விளங்க
நான்மொழிக் கோசர் தோன்றி யன்ன. (மதுரை. 508, 509)

என்று கூறப்படுகிற மோகூர்ப் பழையன் இவனே.

மோகூர்ப் பழையர்களின் முன்னோன் ஒருவன் கி.மு. முதல் நூற்றாண்டின் முற்பகுதியில் இலங்கைக்குச் சென்று, இலங்கை யரசனை வென்று அநுராதபுரத்தில் சில ஆண்டுகள் அரசண்டான் என்னும் செய்தியை மகாவம்சம் என்னும் பாலி மொழி நூலில் அறிகிறோம். அவனை, அந்நூல் பிளயமாரன் என்று கூறுகிறது. (Mahavamsa xxxiii, 58-59)

அகம் 251ஆம் செய்யுளில் மாமூலனார் என்னும் புலவர், வம்பமோரியர் மோகூரின் மேல் படையெடுத்து வந்தனர் என்று கூறுகிறார். இது பற்றிப் பல ஆராய்ச்சிக்காரர்கள் பல கட்டுரைகளை எழுதியுள்ளனர். அவர்களில் பெரும்பாலோர், வம்பமோரியர் மோகூரின் மேல் படையெடுத்து வந்ததாக எழுதியுள்ளனர். மோரியர், மோகூரின்மேல் படையெடுத்து வரவில்லை. அவர்கள் துளு நாட்டுக் கடற்கரையோரத்தில் வசித்திருந்த 'மோகூர்' என்னும் இனத்தார் மீது படையெடுத்துச் சென்றனர். இதுபற்றி இந்நூல் தொடர்புரை காண்க.

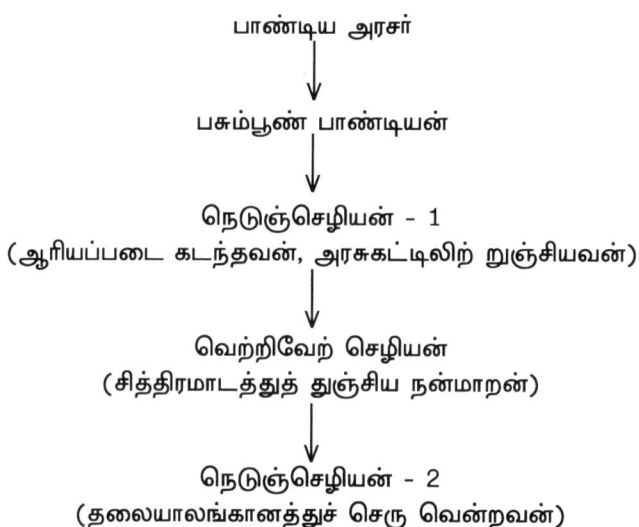

பாண்டிய அரசர்

↓

பசும்பூண் பாண்டியன்

↓

நெடுஞ்செழியன் - 1
(ஆரியப்படை கடந்தவன், அரசுகட்டிலிற் றுஞ்சியவன்)

↓

வெற்றிவேற் செழியன்
(சித்திரமாடத்துத் துஞ்சிய நன்மாறன்)

↓

நெடுஞ்செழியன் - 2
(தலையாலங்கானத்துச் செரு வென்றவன்)

சோழ அரசர்

கி.பி. 2ஆம் நூற்றாண்டில் சோழ அரசர் குடியில் பிறந்த சில அரசர்கள் சோழ நாட்டின் வெவ்வேறு பகுதிகளையரசாண்டனர். அவர்கள் அடிக்கடி தங்களுக்குள் போர் செய்து கொண்டிருந் தார்கள். கி.பி. இரண்டாம் நூற்றாண்டின் முற்பகுதியில் இருந்த பேர்பெற்ற சோழ அரசன் உருவப் பஃறேரிளஞ் சேட் சென்னி என்பவன்.

இளஞ்சேட் சென்னியும் இமயவரம்பன் நெடுஞ்சேரலாதனும் (இவன் செங்குட்டுவனின் தந்தை) சமகாலத்தில் இருந்த அரசர்கள். இவ்விருவரும் போர் என்னும் இடத்தில் போர் செய்தார்கள். அந்தப் போர்க்களத்தில் இவ்விருவரும் புண்பட்டு விழுந்து சிலகாலம் உயிர் போகாமல் கிடந்து பிறகு இறந்துபோனார்கள். அப்போது அவர்களைப் போர்க்களத்தில் கழாத்தலையார், பரணர் என்னும் புலவர்கள் பாடினார்கள் (புறம் 62, 63, 368).

வேற்பஃறடக்கைப் பெருவிற்கிள்ளிக்குப் பிறகு கரிகாற் பெரு வளத்தான் என்னும் சோழன், முடிசூடி அரசாண்டான். அவன் ஆட்சிக்கு வராதபடி அவனுடன் சோழகுலத்து அரசர் ஒன்பது பேர் போர் செய்தார்கள் (பட்டினப்பாலை 220, 227). அவர்களைக் கரிகாலன் வாகைப் பெருந்தலை என்னும் இடத்தில் வென்றான். அந்த ஒன்பது தாயாதியரசர்களைக் கரிகாலன் வென்று சோழநாட்டை யரசாண்டான் (அகம் 125 : 16-21). கரிகாற் பெருவளத்தான் தொண்டை நாட்டை யரசாண்ட தொண்டைமான் இளந்திரையன் என்பவனையும் வென்று தொண்டை நாட்டைச் சோழ இராச்சியத்தோடு இணைத்துக் கொண்டான். இதைப் பட்டினப்பாலை,

பல்லொளியர் பணிபு ஒடுங்கத்
தொல் அருவாளர் தொல் கேட்ப (பட்டினப் 274, 275)

என்று கூறுகிறது (அருவாளர் என்பது தொண்டை நாட்டார்).

தொண்டை நாட்டை யரசாண்ட தொண்டைமான் இளந்திரையன்மேல் பெரும்பாணாற்றுப்படை பாடின கடியலூர் உருத்திரங் கண்ணனாரே கரிகற் சோழன்மீது பட்டினப்பாலை பாடினார். இளந்திரையன்மீது பெரும்பணாற்றுப்படை பாடிய பின்னர், கரிகாற் சோழன் தொண்டை நாட்டை வென்றிருக்க வேண்டும். ஏனென்றால், கடியலூர் உருத்தியக்கண்ணனாரே கரிகாலன் அருவா நாட்டை (தொண்டை நாட்டை) வென்றதாகக் கூறுகிறார். எனவே, உருத்திரங்கண்ணனார் காலத்திலேயே தொண்டை நாடு, சோழ இராச்சியத்துக்குக் கீழடங்கிற்று.

அக்காலத்தில் தக்ஷிணபதம் என்னும் தக்காண நாட்டைச் சதகர்ணி (சாதவாகனர்) அரசர் ஆட்சி செய்தார்கள். சேர அரசர், சதகர்ணியரசருடன் நண்பராக இருந்ததுபோலவே கரிகாற் சோழனும் அவர்களுடன் நண்பனாக இருந்தான். அக்காலத்தில் தக்காணத்துக்கு அப்பாலிருந்த வட இந்தியாவில் பேரரசர் இல்லை. வட இந்தியாவில் சிறுசிறு நாடுகளைச் சிற்றரசர்கள் பலர் அரசாண்டார்கள். கரிகாற் சோழன் வட இந்தியாவின் மேல் திக்குவிசயஞ்செய்து சில அரசர்களை வென்றான். வென்று அவர்களிடமிருந்து சில பொருள்களைப் பெற்றான் என்று சிலப்பதிகாரம் கூறுகிறது.

மார் வேலி வச்சிர நன்னாட்டுக்
கோன் இறை கொடுத்த கொற்றப் பந்தரும்
மகத நன்னாட்டு வாள்வாய் வேந்தன்
பகைப்புறத்துக் கொடுத்த பட்டிமண் டபமும்
அவந்தி வேந்தன் உவந்தனன் கொடுத்த
நிவந்தோங்கு மரபிற் றோரண வாயிலும்

இவன் பெற்றுக்கொண்டான் என்று சிலப்பதிகாரம் கூறுகிறது (சிலம்பு 5: 99-104) இவர்களில் அவந்தி வேந்தன் கரிகாலனுக்கு நண்பன் என்று அரும்பதவுரையாசிரியர் கூறுகிறார். "உவந்தனன் கொடுத்த - மித்திரனாய்க் கொடுத்த" என்று அவர் உரை கூறுவது காண்க. அவந்தி தேசத்தின் தலைநகரம் உஞ்சை என்னும் உச்சயினி நகரம். அவந்தி தேசம் அக்காலத்தில் சதகர்ணியரசன் ஆட்சியிலிருந்தது. அவன் கரிகாலனுக்குத் தோரண வாயிலை உவந்து (மகிழ்ச்சியோடு) கொடுத்தான் என்று இளங்கோவடிகள் கூறுவது பொருத்தமேயாகும்.

கரிகால்சோழன்மேல் பட்டினப்பாலையைக் கடியலூர் உருத்திரன் கண்ணனார் பாடினார். இவன் மேல் பொருநர் ஆற்றுப்படையை முடத்தாமக்கண்ணியார் பாடினார்.

இசை நாடகக் கலையில் பேர்பெற்றிருந்த மாதவி என்பவள் கரிகாற் சோழன் ஆட்சியின் இறுதிக் காலத்தில் அவன் அவையில் அரங்கேறித் தலைக்கோலிப் பட்டத்தைப் பெற்றாள். சோழன் கரிகாலன், நார்முடிச்சேரல் ஆட்சிக் காலத்திலும் செங்குட்டுவன் ஆட்சிக் காலத்திலும் சோழ நாட்டை அரசாண்டான்.

கரிகாலனுக்குப் பிறகு சோழ நாட்டை யரசாண்டவன் கிள்ளிவளவன் என்பவன். இவன் ஆட்சிக்கு வந்த போது வழக்கம் போல சோழ அரச குலத்துத் தாயாதிகள் ஒன்பது பேர் இவனை எதிர்த்தார்கள். அவர்கள் அரசுரிமைக்காக நாட்டில் குழப்பம் உண்டாக்கி உள்நாட்டுப் போரை நடத்திக்கொண்டிருந்தார்கள். கிள்ளிவளவன் செங்குட்டுவனுக்கு மைத்துனன் ஆகையால், செங்குட்டுவன் சோழரின் உள்நாட்டுப் போரில் தலையிட்டுக் கிள்ளிவளவன் சார்பாகப் போர் செய்து பகைவரை வென்று தன் மைத்துனனுக்கு முடிசூட்டினான். இச்செய்தி சிலப்பதிகாரத்திலிருந்து கிடைக்கிறது.

மைத்துன வளவன் கிள்ளியொடு பொருந்தா
ஒத்த பண்பினர் ஒன்பது மன்னர்
இளவரசு பொறாஅர் ஏவல் கேளார்
வளநா டழிக்கும் மாண்பினர் ஆதலின்

> ஒன்பது குடையும் ஒருபகல் ஒழித்தவன்
> பொன்புனை திகிரி ஒருவழிப் படுத்தோய்
>
> (சிலம்பு, நீர்ப்படை 116, 123)

என்றும்

> ஆர்புனை தெரியல் ஒன்பது மன்னரை
> நேரிவாயில் நிலைச்செரு வென்று
>
> (சிலம்பு, நடுகல் 116, 117)

என்றும் சிலம்பு கூறுவது காண்க. மேலும், பதிற்றுப்பத்து 5-ஆம் பத்துப் பதிகமும், இச்செய்தியை

> ஆராச் செருவின் சோழர்குடிக் குரியோர்
> ஒன்பதின்மர் வீழ வாயிற்புறத் திறுத்து
> நிலைச் செருவின் ஆற்றலை யறுத்து

என்று கூறுகிறது. கிள்ளிவளவன் தம்பி இளங்கிள்ளி என்பவன் தொண்டை நாட்டைக் காஞ்சீபுரத்திலிருந்து அரசாண்டான் (மணிமேகலை 18: 172-176).

எனவே, செங்குட்டுவன் காலத்தில் சோழ நாட்டையர சாண்ட சோழர்கள் உருவப்பஃறேரிளஞ்சேட் சென்னியும் சோழன் கரிகாலனும் கிள்ளிவளனும் ஆவர். இவ்வரசர் காலத்திலேயே இவர்களுக்கு அடங்கி வேறு சில சோழர்களும் அரசாண்டார்கள்.

இலங்கை அரசர்கள் இளநாகன்

நமது ஆராய்ச்சிக்குரிய கி.பி. 2-ஆம் நூற்றாண்டில், இலங்கையை அரசாண்ட அரசர்களைப் பற்றி ஆராய்வோம். இரண்டாம் நூற்றாண்டின் தொடக்கத்தில் இளநாகன் என்னும் அரசன் (கி.பி. 91 முதல் 101 வரையில்) அரசாண்டான். இவன் ஆட்சிக்கு வந்த முதல் ஆண்டில் திஸ்ஸ ஏரிக்குச் சென்றபோது இவனுடன் இருந்த லம்பகர்ணர் என்பவர் இவனைவிட்டு அநுரைக்கு வந்து விட்டார்கள். லம்பகர்ணர் அக்காலத்தில் செல்வாக்குள்ள உயர் தரத்தவர். அவர்கள் தன்னைவிட்டுப் போய் விட்டதற்காகச் சினங்கொண்ட இளநாகன், அவர்களை மகாதூப சேதியத்துக்குப் பாதை அமைக்கும்படி தண்டித்தான். அவர்கள் தங்கள் கைகளாலே வேலை செய்து பாதையமைக்குமாறும் தாழ்ந்த இனத்தவரான சண்டாளர்களை அவர்களின் மேற்பார்வையாளராக இருக்கவும் கட்டளையிட்டான். இவ்வாறு தங்களை இழிவுபடுத்தியதற்காகச் சினங்கொண்ட லம்பகர்ணர் ஒன்று சேர்ந்து அரசனைப் பிடித்துச் சிறையில் வைத்துவிட்டு அரசாட்சியைத் தாங்களே நடத்தினார்கள். சிறைப்பட்ட இளநாகன் தன்னுடைய கொற்றயானையின் உதவியினால் சிறையிலிருந்து தப்பித்துத் தன் மகனான சந்தமுகசிவனுடன்

மகாதிட்டைத் துறைமுகத்தில் கப்பல் ஏறி எதிர்க்கரையில் இருந்த நாட்டுக்குப் (தமிழ் நாட்டுக்கு) போய்விட்டான். (Mahavamsa xxxc, 16-26).

தமிழ்நாட்டில் அடைக்கலம் புகுந்த இளநாகன் எங்குத் தங்கினான், யார் உதவியைப் பெற்றான் என்பது தெரியவில்லை. மூன்று ஆண்டு தமிழ்நாட்டில் தங்கியிருந்து தமிழ்ச் சேனைகளைச் சேர்த்துக் கொண்டு மீண்டும் இலங்கைக்கு வந்தான். இலங்கை யின் தென்பகுதியான உரோகண நாட்டின் துறைமுகமாயிருந்த 'சக்கரகொப்ப' என்னும் இடத்தில் கரையிறங்கினான். பிறகு, ஹங்காரப்பிட்டி என்னும் இடத்தில் அருகில் கபல்லக்கண்ட என்னும் இடத்தில் லம்பகர்ணருடன் போர் செய்து வென்று மீண்டும் தன் அரசாட்சியைக் கைப்பற்றினான். போரை வென்ற பிறகு இவன் திஸ்ஸ ஏரிக்குப் போனபோது லம்பகர்ணர்களைத் தன் தேரில் பூட்டி இழுக்கச் செய்தான். இவன், முன்பு கூறியபடி ஆறு ஆண்டு அநுராதபுரத்திலிருந்து ஆட்சி செய்தான். (Mahavamsa xxxv, 27-45).

சந்தமுகசிவன்

இளநாகன் இறந்த பிறகு அவன் மகனான சந்தமுகசிவன் (சந்திரமுக சிவன்) ஏழு ஆண்டு எட்டுத் திங்கள் (கி.பி. 101-110) இலங்கையை யரசாண்டான். இவன், தன் தந்தை இளநாகன் அரசு இழந்து தமிழ்நாட்டில் அடைக்கலம் புகுந்திருந்தபோது, அவனுடன் தமிழ்நாட்டில் தங்கியிருந்தான் என்பது தெரிகிறது. எங்கே எவரிடத்தில் தங்கினான் என்பது தெரியவில்லை. இவனுடைய அரசி தமிளாதேவி (தமிழத்தேவி) என்று கூறப்படுகிறாள். எனவே, இவன் தமிழ்நாட்டு அரசகுடும்பத்தில் திருமணஞ் செய்து கொண் டான் என்பது தெரிகிறது. எந்த அரச குடும்பத்தில் மணந்தான் என்பது தெரியவில்லை. மணிகாரகாம என்னும் ஊரில் இந்த அரசன் நிலங்களுக்கு நீர் பாய ஒரு ஏரியை உண்டாக்கி அந்த ஏரியையும் நிலங்களையும் இஸ்ஸரசமண என்னும் இடத்தி லிருந்த பௌத்தப் பிக்குகளுக்குத் தானமாகக் கொடுத்தான் இவனுடைய அரசியான தமிளாதேவி, மணிகார காமத்திலிருந்து தனக்குக் கிடைத்த வரிப் பணத்தைப் பௌத்தப் பிக்குகளுக்குத் தானமாகக் கொடுத்துவிட்டாள் (Mahavamsa xxxv. 46-48).

யஸலாலக திஸ்ஸன்

திஸ்ஸ ஏரியில் நிகழ்ந்த நீர் விளையாட்டு விழாவின்போது, சந்தமுகசிவனை அவன் தம்பியான யஸலாலக திஸ்ஸன் கொன்று இலங்கையை யரசாண்டான். அவன் ஏழு ஆண்டு எட்டுத் திங்கள் வரையில் (கி.பி. 110-118) அரசாண்டான் (Mahavamsa xxxv, 49-50).

ஆனால், இவனும் தன்னுடைய வாயிற் காவலான சுபன் என்பவனால் கொல்லப்பட்டான்.

யஸலாலக திஸ்ஸனுடைய வாயிற்காவலன் சுபன் என்பவன். அந்தச் சுபன் உருவத்தில் இளவரசனைப் போலவே இருந்தான். ஆகவே, அரசன் சுபனுக்குத் தன்னைப்போல ஆடையணிவித்து விளையாட்டாக வேடிக்கை பார்ப்பது வழக்கம். காவற்காரனாகிய சுபன் அரச ஆடைகளுடன் சிம்மாசனத்தில் அமர்ந்திருக்கும் போது அமைச்சர்கள் சென்று, அவனை அரசன் என்று எண்ணிக் கொண்டு வணங்கும்போது காவல்காரன் வேஷத்தில் வாயிலில் இருக்கும் உண்மையான அரசன் நகைத்து வேடிக்கை பார்ப்பான். அடிக்கடி இப்படி நிகழ்ந்தது.

ஒரு நாள் காவற்கார சுபன் சிம்மாசனத்தில் அமர்ந்து இருந்த போது காவற்காரன் வேஷத்தில் வாயிலில் இருந்த அரசன் உரத்துச் சிரித்தான். அதனைக் கண்ட சுபன் சினந்து, 'இந்தக் காவலன் என் இப்படிச் சிரிக்கிறான். இவனைக் கொண்டுபோய்ச் சிரச்சேதம் செய்யுங்கள்' என்று கட்டளையிட்டான். அக்கட்டளைப்படியே அவனைக் கொன்று விட்டார்கள். பிறகு காவலாளியாயிருந்த சுபன், சுபராசன் என்னும் பெயருடன் இலங்கையையரசாண்டான் (Mahavamsa, xxxv. 51-56).

சுபராசன்

சுபராசன், கி.பி. 118 முதல் 124 வரையில், ஆறு ஆண்டு அநுராதபுரத்திலிருந்து இலங்கையையரசாண்டான். சுபராசன் ஆட்சிக்கு வந்தபோது, அவனை வசபன் என்னும் பெயருள்ள ஒருவன் கொன்று ஆட்சியைக் கைப்பற்றுவான் என்று நிமித்திகர் கூறினர். ஆகவே, சுபராசன் தன் இராச்சியத்தில் உள்ள வசபன் என்னும் பெயருள்ளவர்களையெல்லாம் கொன்றுவிடும்படி கட்டளையிட்டான். இவனுடைய சேனைத்தலைவனுக்கு உறவினன் ஒருவன் வசபன் என்னும் பெயர் படைத்திருந்தான். அந்தச் சேனைத்தலைவன், அரசன் கட்டளைப்படி தன் உறவினான வசபனை அரசனிடம் கொடுக்க எண்ணினான். அவனுடைய எண்ணத்தை அவனுடைய மனைவியாகிய பொத்தா என்பவள் மூலமாக அறிந்த வசபன் தப்பி ஓடி உரோகண நாட்டுக்குச் சென்றான். சென்ற தனக்கு ஆக்கந் தேடிக்கொண்டு சேனையைத் திரட்டினான். பிறகு, அரசன்மேல் படையெடுத்து வந்து போர்செய்து வென்று ஆட்சியைக் கைப்பற்றினான். இவனுடைய உறவினனான சேனைத்தலைவன் போரில் இறந்து விட்டான்.

வசபன்

வசபன் அரசாட்சியைக் கைப்பற்றிய பிறகு தான் தப்பிப் போக உதவியாயிருந்த பொத்தாவை அரசியாக்கினான் (Mahavamsa xxxv, 59-70). இவன் நீண்டகாலம் ஆட்சிசெய்தான். கி.பி. 124 முதல் 168 வரையில் நாற்பது ஆண்டு அரசாண்டான். இவன் தன் மகனான வங்க நாசிக திஸ்ன் என்பவனுக்குச் சுபராச னின் மகளான மஹாமத்தா என்பவளைத் திருமணஞ் செய்து வைத்தான் (Mahavamsa xxxv, 69-70). வசபன், செங்குட்டுவனின் தமயனான நார்முடிச்சேரலின் ஆட்சிக்காலத்திலும் செங்குட்டுவன் ஆட்சிக்காலத்திலும் இருந்தவன் என்று தெரிகிறான்.

வங்கநாசிக திஸ்ஸன்

வசபன் நெடுங்காலம் அரசாண்டபடியால், அவன் மகனான வங்கநாசிக திஸ்ஸன் வயதுசென்ற பிறகு ஆட்சிக்கு வந்தான். கி.பி. 168 முதல் 171 வரையில், மூன்று ஆண்டு இவன் ஆட்சி செலுத்தினான். இவன் மகன் கஜபாகு காமணி என்பவன். இவன் செங்குட்டுவன் காலத்தில் இருந்தவன்.

கஜபாகு காமணி

வங்கநாசிக திஸ்ஸன் இறந்த பிறகு அவன் மகனான கஜபாகு காமணி என்பவன் இலங்கையின் அரசனானான். இவன் கி.பி. 171 முதல் 193 வரையில், இருபத்திரண்டு ஆண்டு ஆட்சி செய்தான். சிலப்பதிகாரம் கூறுகிற 'கடல்சூழ் இலங்கைக் கயவாகு வேந்தன்' என்பவன் இவனே. செங்குட்டுவன் வஞ்சிமா நகரத்தில் கண்ணகிக்குப் பத்தினிக்கோட்டம் அமைத்துக் குடமுழுக்குச் செய்தபோது அந்த விழாவுக்கு இவன் வந்திருந்தான். பத்தினி வழிபாட்டை இலங்கையில் உண்டாக்கியவனும் இவனே (சிலம்பு 30 : 160, உரைபெறு கட்டுரை 3). (பிற்காலத்து நூலாகிய பூஜாவலி, சோழ அரசன் ஒருவன் இலங்கைக்குச் சென்று போர் செய்து சிங்களவரைச் சிறைப்பிடித்துவந்து காவிரியாற்றுக் கரை கட்டு வித்தான் என்றும், பிறகு கஜபாகு அரசன் சோழ நாட்டுக்குப் போய்ச் சிங்களவரைச் சிறை மீட்டுக் கொண்டு வந்தான் என்றும் கூறுகிறது. இச்செய்தியை மகாவம்சம் கூறவில்லை. பழைய தமிழ் இலக்கியங்களும் கூறவில்லை. எனவே, இச்செய்தி நம்பத்தக்கதன்று.)

மகாவம்சம் கூறுகிற கஜபாகுவும், சிலப்பதிகாரம் கூறுகிற 'கடல்சூழ் இலங்கைக் கயவாகு'வும் ஒருவரே என்பதையும் இந்தக் கஜவாகு, சேரன் செங்குட்டுவனின் காலத்தில் இருந்தவன் என்பதையும் சரித்திரக்காரர் எல்லோரும் ஒப்புக்கொண்டுள்ளனர்.

ஆனால், ஒருவர் இருவர் கஜபாகுவும் செங்குட்டுவனும் சம காலத்தவர் அல்லர் என்று கூறி மறுக்கின்றார். இவர் மறுப்பை ஆராய்ந்து பார்ப்போம்.

திரு. எஸ். வையாபுரிப் பிள்ளை அவர்கள் தாம் ஆங்கிலத்தில் எழுதிய தமிழ்மொழி - இலக்கிய வரலாறு (S. Vaiyapuri Pillai, History of Tamil Language and Literature, 1956. p. 144). என்னும் நூலில் 144-ஆம் பக்கத்தில் இவ்வாறு பொருள்படும்படி எழுதுகிறார்.

இலங்கையரசன் கஜபாகு என்பவன் செங்குட்டுவனுடைய அவைக்கு வந்திருந்தான் என்பதற்குச் சான்று இல்லாதது சரித்திர நோக்குக்கு முக்கியமானதாகும். உரைபெறு கட்டுரையில் சிலப்பதிகாரமே இதை மறுக்கிறது. பதிற்றுப்பத்தின் 5-ஆம் பத்து இலங்கையைப் பற்றியாவது கஜபாகுவைப் பற்றியாவது ஒன்றுமே சொல்லவில்லை. உண்மையில் பதிற்றுப்பத்து முழுவதிலும் இலங்கையைப் பற்றியாவது அதன் அரசர்களைப் பற்றியாவது யாதொரு குறிப்பும் இல்லை. செங்குட்டுவனையும் அவன் தன் தலைநகரில் அமைத்த கண்ணகிக் கோவிலையும் கூறுகிற மணி மேகலை காவியமுங்கூட கஜபாகுவைப் பற்றி ஒன்றும் பேச வில்லை. கடைசியாக, சேர அரசன் கண்ணகிக்குக் கோவில் அமைத்து விழா செய்தபோது கஜபாகு அரசன் அங்குச் சென்றிருந்தான் என்பது பற்றியாவது, அவன் தன் நாடாகிய இலங்கையில் கண்ணகி வழிபாட்டை ஏற்படுத்தியதைப் பற்றி யாவது மகாவம்சம் என்னும் நூல் ஒன்றுமே கூறவில்லை.

இவ்வாறு வையாபுரியார் காரணங்களைக் காட்டி மறுப்புக் கூறுகிறார். இவர் கூறும் காரணங்களையும் மறுப்புக்களையும் ஒவ்வொன்றாக ஆராய்வோம்.

1. சேர மன்னன் செங்குட்டுவன் தன் தலைநகரில் கண்ணகிக்குப் பத்தினிக் கோட்டம் அமைத்தபோது இலங்கைக் கஜபாகு வேந்தன் அங்கு வந்திருந்தான் என்று சிலப்பதிகாரம் வரந்தருகாதையில் கூறியிருப்பதை, சிலம்பு உரைபெறு கட்டுரை மறுக்கிறது என்று வையாபுரியார் கூறகிறார். பி.டி. சீநிவாச ஐயங்காரும், இவர் கூறுவதுபோலவே, கஜபாகு, கண்ணகிக் கோட்டத்துக்கு வந்திருந்தான் என்று சிலப்பதிகாரம் வரந்தரு காதை கூறுவதை சிலம்பு உரைபெறு கட்டுரை மறுக்கிறது என்று தாம் எழுதிய தமிழர் சரித்திரம் (P.T. Srinivasa Iyengar, History of the Tamils, 1929, p. 380). என்னும் நூலில் எழுதுகிறார். இவர்கள் கூறுவதை ஆராய்ந்து பார்ப்போம். உரைபெறு கட்டுரையின் வாசகம் இது:

அது கேட்டுக் கடல்சூழ்நிலையைக் கயவாகு வென்பான் நங்கைக்கு நாட்பலி பீடிகைக் கோட்டம் முந்துறுத்தாங்கு அரந்தை கெடுத்து வரந்தரு மிவளென ஆடித்திங்கள் அகவையினாங்கோர் பாடிவிழாக் கோள் பன்முறை யெடுப்ப மழைவீற்றிருந்து வளம்பல பெருகிப் பிழையா விளையுள் நாடாயிற்று.

இதில் 'அது கேட்டு' என்றிருப்பதை இவர்கள் சுட்டிக் காட்டி, கஜபாகு வேந்தன் யாரோ ஒருவர் கண்ணகி தெய்வத்தைப் பற்றிக் கூறக் கேட்டுப் பத்தினித் தெய்வத்துக்குக் கோயில் அமைத்தான் என்றும், ஆகவே, அவன் வஞ்சிமாநகரத்துக் கண்ணகிக் கோவிலுக்கு வந்திருந்தான் என்று சிலம்பு வரந்தருகாதை கூறுவதை உரைபெறு கட்டுரை மறுக்கிறது என்றும் கூறுகிறார்கள். இவர்கள் கூறுவது உண்மைபோலக் காணப்பட்டாலும் நன்கு ஆராய்ந்து பார்த்தால், இது சிலப்பதிகாரத்தை மறுக்கவில்லை என்பதும் சிலப்பதிகாரத்தை ஆதரிக்கிறது என்பதும் விளங்கும். இவர்கள் சிலப்பதிகாரத்தை நன்கு படிக்காமல் அவசரப்பட்டுத் தவறான முடிவுக்கு வந்திருக்கிறார்கள்.

'அது கேட்டு' என்று உரைபெறு கட்டுரை கூறுவதன் பொருள் என்னவென்றால். கண்ணகியார் இவர்களுக்கு அசரீரியாகக் கூறிய வாக்கைக் கேட்டு என்பது. இதற்குச் சான்று சிலப்பதிகாரத்திலேயே இருக்கிறது.

குடகக் கொங்கரும் மாளுவ வேந்தரும்
கடல்சூழ் இலங்கைக் கயவாகு வேந்தனும்
என்னாட் டாங்கண் இமய வரம்பனின்
நன்னாட் செய்த நாளணி வேள்வியில்
வந்தீ கென்றே வணங்கினர் வேண்டத்
தந்தேன் வரமென் றெழுந்த தொருகுரல்
ஆங்கது கேட்ட அரசனும் அரசரும்
ஓங்கிருந் தானையு முறையோ டேத்த

என்று சிலம்பு வரந்தரு காதை (159-166) கூறுகிறது.

இந்த அகச் சான்றை அறியாமல், சீநிவாச ஐயங்காரும் வையாபுரிப்பிள்ளையும் உரைபெறு கட்டுரை 'மறுக்கிறது' என்று எழுதியது உண்மைக்கு மாறான தவறு ஆகும். எனவே, உரை பெறு கட்டுரை 'மறுக்க'வில்லை; ஆதரிக்கிறது என்பது தெரிகிறது. ஆகையால், உரைபெறு கட்டுரையும் வரந்தரு காதையும் கஜபாகு வேந்தன், செங்குட்டுவன் வஞ்சி மாநகரத்தில் அமைத்த பத்தினிக் கோட்டத்துக்கு வந்திருந்தான் என்பதை வலியுறுத்துகின்றன. ஆகவே இவர்கள் கூறுவது வெறும் போலியுரை எனத் தள்ளுக.

2. “பதிற்றுப்பத்தின் 5ஆம் பத்து இலங்கையைப் பற்றியாவது கஜபாகுவைப் பற்றியாவது ஒன்றுமே பேசவில்லை. உண்மையில் பதிற்றுப்பத்து முழுவதிலும் இலங்கையைப் பற்றியாவது தன் அரசர்களைப் பற்றியாவது யாதொரு குறிப்பும் இல்லை” என்று வையாபுரியார் சுட்டிக்காட்டுகிறார்.

ஆம். இவர் சுட்டிக்காட்டுவது உண்மையே. செங்குட்டுவனின் புகழையும் சிறப்பையும் பேசுகிற பதிற்றுப்பத்து ஐந்தாம் பத்து இலங்கை மன்னன் கஜபாகுவைக் குறிப்பிடவில்லைதான். அது மட்டுமா? செங்குட்டுவன் கங்கைக் கரையில் கனக விசயருடன் போர்செய்து அவர்களைச் சிறைப்பிடித்ததையும் கண்ணகி சிலையமைக்க இமயமலையிலிருந்து கல் எடுத்து வந்ததையும் பத்தினிக் கோட்டம் அமைத்ததையும் கூறவே இல்லை (பதிகம் மட்டும், செங்குட்டுவன் கல் எடுத்துக் கங்கையில் நீராட்டியதைக் கூறுகிறது). இவ்வளவு முக்கியச் செய்திகளை 5-ஆம் பத்து ஏன் கூறவில்லை? இதை வையாபுரியார் அறியாமற் போனதுதான் வியப்பாக இருக்கிறது! இதன் காரணத்தை விளக்குவோம்.

செங்குட்டுவன்மீது 5-ஆம் பத்துப் பாடியவர் பரணர் என்னும் புலவர். அவர் செங்குட்டுவன்மேல் 5-ஆம் பத்துப் பாடியபோது அதிக வயது சென்றவராக இருந்தார். கண்ணகிக் கோட்டம் அமைத்தது முதலிய நிகழ்ச்சிகள் செங்குட்டுவனின் பிற்கால வாழ்க்கையில் நிகழ்ந்தவை. ஆகவே, தாம் 5-ஆம் பத்துப் பாடிய காலத்தில் செங்குட்டுவன் செய்திருந்த புகழ்ச் செய்திகளை மட்டும் அவர் பாடினார். ஆகவே, பிற்காலத்தில் நிகழ்ந்த கண்ணகிக் கோட்டம் அமைத்தது. கஜபாகு விழாவுக்கு வந்திருந்தது முதலிய செய்திகள் பத்தில் இடம் பெறவில்லை.

எனவே, தாம் 5-ஆம் பத்துப் பாடிய காலத்தில் நிகழாத செய்திகளை (கண்ணகிக்குக் கோட்டம் அமைத்து அந்த விழா வுக்குக் கஜபாகு வந்தது முதலான பிற்காலத்தில் நிகழ்ந்தவற்றை) பரணர் எவ்வாறு பாடக்கூடும்? ஆகவேதான், 5-ஆம் பத்தில் இச்செய்திகள் இடம் பெறவில்லை. இதனை அறியாமல் வையாபுரியார் கூறுவது போலி மறுப்பு என விடுக.

5-ஆம் பத்துப் பதிகத்தில், செங்குட்டுவன் கங்கைக் கரைக்குச் சென்றதும் பத்தினிக் கடவுளுக்குக் கல் கொண்டு வந்ததும் கூறப் படுகின்றன. பதிகச் செய்யுளை பரணர் பாடவில்லை. பதிற்றுப் பத்துப் பதிகச் செய்யுட்களைப் பதிற்றுப்பத்தைப் பாடிய புலவர்கள் பாடவில்லை. அந்தந்த அரசர்கள் இறந்த பிறகு பதிகச் செய்யுட்கள் அரண்மனைப் புலவர்களால் பாடிச் சேர்க்கப் பட்டவை. ஆகவேதான், 5-ஆம் பத்தின் பதிகத்தில் மட்டும் கண்ணகிக்குக் கல்கொண்டு வந்த செய்தி கூறப்பட்டுள்ளது.

3. "செங்குட்டுவனையும் அவன் தன்னுடைய தலைநகரில் அமைத்த கண்ணகிக் கோவிலையும் கூறுகிற மணிமேகலைக் காவியம் கஜபாகுவைப் பற்றி ஒன்றும் கூறவில்லை" என்று வையாபுரியார் கூறுகிறார்.

செங்குட்டுவன் கண்ணகிக்கு அமைத்த பத்தினிக் கோட்ட வரலாற்றினை மணிமேகலை கூறவில்லை. கூற வேண்டிய அவசிய மும் அக்காவியப் போக்குக்கு ஏற்படவில்லை. மணிமேகலை 26-ஆம் காதையில் 77 முதல் 90-ஆம் அடி வரையில் செங்குட்டு வனின் வீரத்தை மணிமேகலை சிறப்பித்துக் கூறுகிறது. அங்கே யும் கண்ணகிக்கோட்டம் அமைத்த விவரத்தைச் கூறவேண்டிய சந்தர்ப்பம் ஏற்படவில்லை. செங்குட்டுவன் கண்ணகிக்குக் கோவில் அமைத்ததை மணிமேகலைக் காவியம் கூறியிருப்பது போலவும் அதில் கஜபாகுவைப் பற்றிக் கூறாமல் விட்டிருப்பது போலவும் வாசகர்கள் நினைக்கும்படி வையாபுரியார் இச் செய்தியைப் புனைந்துரைக்கிறார். இது போலி மறுப்பு. செங்குட்டுவன் பத்தினிக்கோட்டம் அமைத்த வரலாற்றை விளக்கமாகக் கூறவேண்டிய சந்தர்ப்பமே மணிமேகலைக்கு ஏற்படாதிருக்கும்போது, அக்காவியம் ஏன் கஜபாகுவைப் பற்றிக் குறிப்பிடவில்லை என்று கேட்பது விதண்டாவாதமாக இருக்கிறது. எனவே, இதுவும் போலி மறுப்பு என விடுக.

4. சேரன் செங்குட்டுவன் வஞ்சிமாநகரத்தில் கண்ணகிக்குக் கோவில் அமைத்துத் திருவிழாச் செய்தபோது கஜபாகு அரசன் அங்கு வந்திருந்தான் என்றாவது, அவன் தன் சொந்த நாடாகிய இலங்கையில் கண்ணகி வழிபாட்டை ஏற்படுத்தினான் என்றாவது இலங்கை நூலாகிய மகாவம்சம் ஒன்றுமே கூறவில்லை என்று கூறுகிறார்.

மகாவம்சம் இதுபற்றி ஒன்றும் கூறாதது உண்மைதான். மேல் போக்காக மகாவம்சத்தைப் படித்தவர்கள் இது முக்கியமான மறுப்பு என்றும் கருதுவார்கள். ஆனால், மகாவம்சத்தை ஆராய்ந்து படித்தவர் இந்தக் காரணத்தை உண்மை என்று கொள்ள மாட்டார்கள். மகாவம்சம் ஏன் எழுதப்பட்டது. யாரால் எழுதப் பட்டது, எந்த நோக்கத்தோடு எழுதப்பட்டது என்பதை அறிந்த வர்கள், கஜபாகு பத்தினிக் கடவுள் வழிபாட்டைப் பற்றி மகா வம்சம் சொல்லாத காரணத்தை அறிவார்கள். மகாவம்சம், பௌத்த மத பிக்ஷுவினால் எழுதப்பட்ட நூல். இலங்கையில் பௌத்த மதம் எப்படி வந்தது, அது எப்படி வளர்ந்தது, எந்தெந்த அரசர்கள் எந்தெந்தவிதமாக அந்த மதத்தை வளர்த்தார்கள், என்பதைக் கூறுவதே மகாவம்சம் எழுதப்பட்டதன் முக்கிய நோக்கமாகும்.

எந்தெந்த அரசர்கள் எந்தெந்தப் பிரிவேணைகளை (பௌத்தப் பல்கலைக்கழகங்களை அமைத்தார்கள், எந்தெந்த தாகோபாக்களை (தாதுகர்ப்பங்களைக்) கட்டினார்கள், எந்தெந்த பௌத்த விகாரைகளை ஏற்படுத்தினார்கள், பௌத்தப் பிக்குகளை எந்தெந்த விதத்தில் ஆதரித்தார்கள், எந்தெந்த மானியங்களைப் பௌத்த விகாரைகளுக்குத் தானஞ் செய்தார்கள் என்பதை விளக்கமாகக் கூறுவதே மகாவம்சத்தின் முக்கியமான நோக்கமாகும். இச்செய்திகளைத்தான் இந்நூலில் சிறப்பாகக் காண்கிறோம். பௌத்த மதத்துக்குப் புறம்பான வேறு சமயத் தெய்வங்களைப் பற்றி இந்நூல் கூறவில்லை, ஆதரிக்கவும் இல்லை. இத்தகைய நோக்கமுள்ளதும் பௌத்த மதச் சிறப்பை மட்டுங் கூறுகிறதுமான மகாவம்சத்தில் அம்மதத்துக்குப் புறம்பான சமயச் செய்திகளை எதிர்பார்க்க முடியுமா? எனவே, கஜபாகு பௌத்த மதத்துக்குச் செய்தவைகளைப் பற்றி மட்டும் கூறிய மகாவம்சம், அவன் பத்தினிக்கடவுள் வழிபாட்டை இலங்கையில் ஏற்படுத்தி யதைக் கூறாமல் விட்டதில் அதிசயம் இல்லை. இந்த உண்மையை யறியாத வையாபுரியார், மகாவம்சம் இலங்கைச் சரித்திரத்தைக் கூறுகிற போது சரித்திர நூல் என்று கருதிக்கொண்டு இவ்வாறு குறை காண்கிறார். பிற்காலத்து இலங்கை நூலாகிய இராஜாவளி, கஜபாகு பத்தினிக்கோட்டம் அமைத்ததைக் கூறுகிறது.

பௌத்த மதத்தை முதன்மையாகக் கொண்ட சிங்கள அரசர் களும் சிங்களப் பொதுமக்களும் இந்து மதத் தெய்வங்களையும் வணங்கி வழிபட்டார்கள். அந்தக் காலம் முதல் இந்தக் காலம் வரையில் இலங்கை அரசர்களும் இலங்கைப் பொது மக்களும் ஸ்கந்தன் (முருகன்), விஷ்ணு (திருமால்), பத்தினித் தெய்யோ (பத்தினித் தெய்வம், கண்ணகி) முதலிய தெய்வ வழிபாடுகளைச் செய்துகொண்டு வந்தார்கள். செய்து வருகிறார்கள் (ஆனால், பௌத்த மதச் சந்நியாசிகளாகிய பிக்ஷுக்கள் இத்தெய்வங்களை வணங்குவதில்லை). இப்போது இலங்கையின் பிரதம அமைச்ச ராக இருக்கும் ஸ்ரீமதி பண்டாரநாயிகா அம்மையார், பௌத்த மதத்தைச் சேர்ந்தவராக இருந்தும், தாம் அமைச்சர் பதவியை ஏற்பதற்கு முன்பு கதிர்காமத்துக்குப் போய்க் கதிர்காமத் தெய்வத்தை வழிபட்ட செய்தி யாவரும் அறிந்ததே. இப்பொழுது மட்டும் அல்ல. ஆதிகாலம் முதல் சிங்கள அரசரும் சிங்கள மக்களும் கந்தன், திருமால், பத்தினிக் கடவுள் முதலிய தெய்வ வழிபாடு செய்துவந்ததைச் சான்று காட்டி நிறுவ முடியும். இடம் பெருகும் என்று அஞ்சி இதனோடு நிறுத்துகிறோம்.

இந்தச் சரித்திர உண்மையை அறியாத சிலர், கஜபாகு அரசன் வஞ்சிமா நகரத்துக்குப் போனதையும் அங்கிருந்து பத்தினித் தெய்வ வணக்கத்தை இலங்கையில் ஏற்படுத்தியதையும் மகாவம்சம் கூறாதபடியால், சிலப்பதிகாரம் கூறுகிற செய்தியை (கஜபாகு, வஞ்சி நகரத்துக்கு வந்ததும் பத்தினித் தெய்வ வழிபாட்டை இலங்கையில் ஏற்படுத்தியதும்) சரித்திர உண்மை என்று ஏற்றுக்கொள்ள முடியாது என்று கூறுவது சரியான காரணம் ஆகாது. இந்து மதச் செய்திகளை பௌத்த மதத்தார் மறைத்துவிடுவதும், பௌத்த மதச் செய்திகளை இந்து மதத்தார் மறைத்துவிடுவதும் பௌத்த மதச் செய்திகளை ஜைனர் மறைத்துவிடுவதும் நமது நாட்டில் நடந்த உண்மைதானே. இந்தச் சரித்திர உண்மைகளையறியாமல் கஜபாகுவின் பத்தினித் தெய்வ வழிபாட்டை மகாவம்சம் கூறவில்லை என்று கூறுவது போலிக் காரணம் என விடுக.

தமிழ்நாட்டுச் சரித்திரத்தில் காலங்களை அறிவதற்கு அடிப் படையாகவும் முக்கியமாகவும் இருப்பது கஜபாகு - செங்குட்டுவன் சமகாலச் சான்று. தமிழ்நாட்டுச் சரித்திரத்தில் உண்மையான உயர்வையும் பழமையையும் விரும்பாதவர்களுக்கு இந்தச் கஜபாகு - செங்குட்டுவன் சான்று இடைஞ்சலாக இருக்கிறது. எனவே, தமிழ்நாட்டுச் சரித்திரக் காலத்தைப் பின் தள்ளிப்போட விரும்பு கிறவர்கள் கஜபாகு சான்றைச் சீர்குலைத்துவிடப் பலவாறு முயற்சி செய்துள்ளார்கள். அதற்காக என்னென்னவோ போலிக் காரணங்களைக் கூறி இந்தச் சான்றைப் புறக்கணிக்கப் பார்த்தும், இந்தச் சான்றை அவர்களால் ஒதுக்க முடியவில்லை. அவர்களில் ஒருவரான பி.டி.சீநிவாச ஐயங்கார், சிலப்பதிகாரத்தில் கஜபாகு என்னும் பெயரே கூறப்படவில்லை என்றுங்கூட எழுதிவிட்டார். ஐயங்கார், தாம் ஆங்கிலத்தில் எழுதிய தமிழர் சரித்திரம் என்னும் நூலில் இதைச் சுட்டிக் காட்டுகிறார் (P.T. Srinivasa Iyengar, History of the Tamils, 1927, p. 381).

சிலப்பதிகாரம் வரந்தரு காதை 160-ஆம் அடியில் உள்ள 'கடல் சூழிலங்கைக் கயவாகு வேந்தனும்' என்னும் வாசகத்துக்கு ஒரு பாடபேதத்தை அதன் பதிப்பாசிரியர் காட்டியுள்ளார். அது 'இலங்கைக் காவல் வேந்தன்' என்பது. சிலப்பதிகாரப் பதிப்பாசிரி யர் ஆங்காங்குப் பாடபேதங்களைக் குறித்திருப்பதுபோல இதிலும் இந்தப் பாடபேதத்தைக் குறித்திருக்கிறார். இதை ஐயங்கார் சுட்டிக்காட்டி, கஜபாகு என்னும் பெயரைக் கூறவில்லை என்று ஐயப்படுகிறார். ஆனால், பதிப்பாசிரியரோ இதன் சரியான வாசகம் 'கடல்சூழ் இலங்கைக் கயவாகு', என்பதுதான் என்று ஒப்புக்கொண்டு அப்படியே பதிப்பித்திருக்கிறார். 'காவல் வேந்தன்', என்றிருப்பது

ஏடெழுதுவோரின் கைப்பிழை என்பது தெளிவாகத் தெரிகிறது. கயவாகு வேந்தன் என்பதுதான் சரியான பாடம் என்பதற்குச் சிலப்பதிகாரத்திலேயே அசைக்க முடியாத சான்று இருப்பதை ஐயங்கார் அறியவில்லை. சிலப்பதிகாரம் உரைபெறு கட்டுரை, அதுகேட்டுக் கடல்சூழிலங்கைக் கயவாகு வென்பான், என்று ஐயத்துக்கு இடமில்லாமல் கூறுகிறது. இந்த வாசகத்துக்குப் பாடபேதம் இல்லை. எனவே, சிலம்பு வரந்தரு காதை 160-ஆம் அடியில் வருகிற 'கடல்சூழிலங்கைக் கயவாகு வேந்தனும்' என்னும் வாசகம் சரியான வாசகம் என்பதும் அதில் சிறிதும் ஐயமில்லை என்பதும் அதில் சிறிதும் ஐயமில்லை என்பதும் உறுதியாகின்றது. எனவே, ஐயங்கார் கூறும் ஐயம் ஆதாரமற்ற வெற்றுரை என விடுக. தமிழர் சரித்திரம் எழுதின ஐயங்கார் அப்புத்தகத்தில் பல தவறான செய்திகளையும் போலி ஆதாரங்களையும் கூறியிருப்பது போலவே இந்தப் போலி ஐயத்தையும் கூறி வைத்திருக்கிறார். இவரே, சிலம்பு உரைபெறு கட்டுரையில் வரும் 'அதுகேட்டுக் கடல்சூழிலங்கைக் கயவாகு வென்பான்' என்னும் அடியில் வருகிற 'கேட்டு' என்பதற்கு உண்மைப்பொருள் அறியாமல் எழுதிய தவற்றை முன்னமே காட்டியுள்ளோம்.

இதுகாறும் எடுத்துக்காட்டிய சான்றுகளினாலே, இலங்கைக் கஜபாகுவும் சேரன் செங்குட்டுவனும் சமகாலத்தவர் என்பதும், கஜபாகு வேந்தன், செங்குட்டுவன் அமைத்த கண்ணகிக் கோட்டத்துக்கு வந்திருந்தான் என்பதும் அவன் தன் நாட்டில் பத்தினித் தெய்வ வழிபாட்டை ஏற்படுத்தினான் என்பதும் இவை சரித்திர நிகழ்ச்சிகள் என்பதும் அறிகிறோம்.

தக்கண தேசத்து அரசர்கள்

சேரன் செங்குட்டுவன் காலத்தில் இருந்த தக்கண தேசத்து அரசர்களைப் பற்றிக் கூறுவோம். வடஇந்தியாவுக்கும் தென் இந்தியாவுக்கும் இடை நடுவிலே தக்கண தேசம் இருந்தது. தக்கண தேசத்தை அக்காலத்தில் அரசாண்டவர் சதகர்ணி அரசர். சதகர்ணி அரசர்களுக்குச் சாதகர்ணி என்றும் சாதவாகனர் என்றும் பெயர்கள் உண்டு. சதகர்ணி அரசர்களைத் தமிழர் நூற்றுவர் கன்னர் என்று கூறினார்கள். நூற்றுவர் கன்னர் என்று சிலப்பதி காரம் கூறுவது சதகர்ணி அரசர்களையே.

சதகர்ணி அரசர்களின் தக்கண இராச்சியம் கிழக்கே வங்காளக் குடாக்கடல் முதல் மேற்கே அரபிக்கடல் வரையிலும், வடக்கே விந்திய மலை முதல் தெற்கே கிருஷ்ணா நதி வரையிலும் பரவியிருந்தது. சில சமயங்களில் சதகர்ணி அரசர்கள் கங்கைக்கரை வரையிலும்

அரசாண்டார்கள். அப்பெரிய தக்கண இராச்சியத்துக்குக் கிழக்கிலும் மேற்கிலும் இரண்டு தலைநகரங்கள் இருந்தன. கிழக்கே கிருஷ்ணா நதிக் கரையில் தான்ய கடகம் என்னும் தலைநகரம் இருந்தது. அது இப்போதுள்ள விஜயவாடாவுக்கு அருகில் இருந்தது. மேற்கே கோதாவிரி நதிக்கரையில் பிரஷ்டானம் என்னும் பெயருள் தலைநகரம் இருந்தது. அது இப்போது, பைதான் நகரம் என்று கூறப்படுகிறது. தக்கண இராச்சியத்தின் கிழக்குக் கரையிலும் மேற்குக் கரையிலும் துறைமுகப்பட்டினங்கள் இருந்தன.

தமிழகத்துக்கு வடக்கே வடுக நாடும் (கன்னட நாடும்) தெலுங்கு நாடும்; இவை தக்கண இராச்சியத்தில் அடங்கியிருந்தன), அதற்கு வடக்கே ஆரிய நாடும் (வடஇந்தியா) இருந்தன.

தக்கணத்துச் சதகர்ணி அரசர்களுடன் தமிழ்நாட்டு அரசர்கள் நட்பு முறையில் இருந்தனர் என்பதற்குச் சான்றுகள் உள்ளன. முக்கியமாகச் சேர அரசர்கள் சதகர்ணி (நூற்றுவர் கன்னர்) அரசர்களுடன் நெருங்கிய நட்புடையவர்களாக இருந்தார்கள். சதகர்ணி அசரர்களுக்கும்தமிழ் அரசர்களின் நட்பு வேண்டியதாக இருந்தது. ஏனென்றால், சதகர்ணி அரசர்களுக்குச் சாகர் என்னும் அரசர்கள் பகைவராகத் தோன்றி அடிக்கடி தக்கணத்தின் மேல் படையெடுத்து வந்து போராடிக் கொண்டிருந்தார்கள்.

சாகர் என்பவர் இந்தியா தேசத்துக்கு வெளியிலிருந்து வந்தவர். அவர்கள் இந்தியாவில் புகுந்து வடமேற்கில் தங்கி ஆட்சி செய்தார்கள். வடமதுரையும் தக்ஷசீலமும் அவர்களின் தலைநகரங்களாக இருந்தன. அந்தச் சாகர்களில் ஒரு பிரிவினர் தெற்கே வந்து கத்தியவார், விந்தியமலைப் பிரதேசங்களைப் கைப்பற்றி அரசாண்டார்கள். இவர்கள் சிறுசிறு இராச்சியங்களை அமைத்துக்கொண்டு அரசாண்டனர். இருபதுக்கு மேற்பட்ட சிறுசிறு சாக மன்னர்கள் இருந்தார்கள். இவர்கள் சத்ராப் என்று பெயர் பெற்றிருந்தனர். சத்ராப் என்றால் பிரதிநிதி என்பது பொருள். இவர்கள் எந்தச் சக்கரவர்த்திக்குப் பிரதிநிதிகள் என்பது தெரியவில்லை. ஆனால், சத்ராப் என்னும் பெயருடன் அரசாண்டார்கள் என்று இந்திய வரலாறு கூறுகிறது.

விந்தியமலைப் பிரதேசங்களில் தங்கி அரசாண்ட சாக சத்ராப்புகளுக்கு யவனர் என்று பெயரும் உண்டு. ஆனால், இவர்கள் கிரேக்கரும் ரோமம் ஆகிய யவனர் அல்லர். எக்காரணத்தினாலோ சாக சத்ராப்புகளுக்கு யவனர் என்னும் பெயரும் வழங்கி வந்தது. இந்தச் சத்ராப்புகளுக்கு மேற்குச் சத்ராப்புகள் என்று இந்தியச் சரித்திரத்தில் பெயர் கூறப்படுகிறது.

தக்ஷண இராச்சியத்துக்கு வடக்கே விந்தியமலைப் பிரதேசத்தையரசாண்ட சாகசத்ராப்புகள், சதகர்ணியரசர்களின் இராச்சியத்தின் மேற்குப் பக்கங்களில் படையெடுத்து வந்து போர் செய்து நாடுகளைப் பிடித்துக் கொண்டார்கள். ஆகவே, அவர்களுடன் சதகர்ணி அரசர்கள் அடிக்கடி போர் செய்ய வேண்டியதாயிற்று. சதகர்ணி அரசர்களின் மேற்குக் கரையோரத் துறைமுகப்பட்டினங்களுக்கு அக்காலத்தில் கிரேக்கர், ரோமர், அராபியர் முதலிய மேற்கு நாட்டினர் கப்பல்களில் வந்து வாணிகம் செய்து கொண்டிருந்தார்கள். ஆகவே, அந்தப் பட்டினங்கள் பொருள்வளம் செழித்தவைகளாக இருந்தன. அதனால், அந்தக் கடற்கரைப்பட்டினங்களைச் சாகசத்ராப்பர்கள் கைப்பற்றிக் கொண்டார்கள். மாளவ நாட்டையும் பிடித்துக் கொண்டார்கள். அப்பட்டினங்களை மீட்டுக்கொள்ளச் சதகர்ணியரசர்கள் போரிட்டார்கள். இவ்வாறு சாகசத்ராப் சதகர்ணி போர்கள் அடிக்கடி நிகழ்ந்துகொண்டிருந்தன. மேற்கு சத்ராப் அரசர்களின் முழு வரலாறும் சதகர்ணியரசர்களின் முழு வரலாறும் தொடர்ச்சியாகக் கிடைக்கவில்லை.

நமது ஆராய்ச்சிக்குரிய கி.பி. 2-ஆம் நூற்றாண்டில் நாக பாணன் என்னும் சத்ராப் அரசன் இருந்தான். அவன் ஏறத்தாழ கி.பி. 119 முதல் 125 வரையில் அரசாண்டான். அவன் சதகர்ணியரசரின் மகாராஷ்டிர நாட்டை வென்றான். அக்காலத்தில் இருந்த சதகர்ணியரசன் கௌதமிபுத்திர சதகர்ணி என்பவன். அவனுக்கு விலிவாயகூர II என்னும் பெயரும் உண்டு. அவன் ஏறத்தாழ கி.பி. 113 முதல் 131 வரையில் அரசாண்டான். கி.பி. 125இல், கௌதமிபுத்திர சதகர்ணி நாகபாணனுடன் போர் செய்து அவன் கைப்பற்றியிருந்த நாடுகளை மீட்டுக் கொண்டான். அப்போரில் நாகபாணன் இறந்துபோனான். கௌதமிபுத்திர சதகர்ணி தன் நாடுகளை மீட்டுக்கொண்டது அல்லாமல் குஜராத்து, இராஜபுதனம் முதலிய நாடுகளையும் கைப்பற்றினான். இவனுடைய தாயார் பெயர் கௌதமீ பலஸ்ரீ என்பது. அவர் எழுதியுள்ள சாசனத்தில், இவன் சாகர், யவனர் முதலியவர் களையும் வென்றான் என்றும் அபராந்தம் (வடகொங்கணம்), சௌராஷ்டிரம் (கத்தியவார்), ஆகர அவந்தி (கிழக்கு மேற்கு மாளவம்) முதலிய நாடுகளை அரசாண்டான் என்றும் கூறப்படுகிறான். இமயவரம்பன் நெடுஞ்சேரலாதன் யவனரை வென்று, அவரைப் பின்கட்டாகக் கட்டிக் கொண்டு வந்தான் என்று கூறப்படுகிறது. போலவே கௌதமிபுத்திர சதகர்ணியும் யவனரை வென்றான் என்று கூறப்படுவது இங்கு கருதத்தக்கது).

நாகபாணனுக்குப் பிறகு கஷ்டனன் என்றும் சாகசத்ராப் அரசன் அரசனானான். டாலமி என்னும் யவன ஆசிரியர் தாம் கி.பி. 140-இல் எழுதிய பூகோள நூலில் கஷ்டனனை தியஸ் தெனஸ் (Tiastenes) என்றும் அவனுடைய தலைநகரம் ஊஸெனி என்றும் கூறுகிறார். ஊஸெனி என்று இவர் கூறுவது உஜ்ஜைனி நகரத்தை. உஜ்ஜைனியைத் தமிழர் உஞ்சை என்பர். கஷ்டனன் தன் காலத்தில் இருந்த சதகர்ணி யரசனுடன் போர் செய்து அவனிடமிந்து நருமதை யாற்றுக் வடக்கே இருந்த நாடுகளை மீட்டுக் கொண்டான்.

கஷ்டனனுடைய பேரன் சரித்திரப் புகழ்பெற்ற ருத்திரதாமன் என்பவன். இவன் மகாஷத்ரபன் என்னும் சிறப்புப் பெயர் உடையவன். இவன் காலத்திலிருந்த சதகர்ணியரசன் புலிமாயி என்பவன். புலிமாயியைப் புலுமாயி என்றுங் கூறுவர். இவனுடைய முழுப்பெயர் வாசிஷ்ட புத்திர புலிமாயி என்பது. இவன் கி.பி.138-இல் அரசனானான் என்பர். இவன் ருத்திரத்தாமனுடைய மகளை மணஞ்செய்திருந்தான். இவ்வளவு நெருங்கிய உறவு இருந்தும் புலிமாயியும் ருத்திரதாமனும் இரண்டு முறை போர் செய்தார்கள். இரண்டு போரிலும் புலிமாயி தோல்வியடைந்தான். தோல்வியடைந்து தன் இராச்சியத்தின் மேற்குப் பகுதி நாடுகளை இழந்துவிட்டான்.

ருத்திரதாமனுக்குப் பிறகு அவன் மகனான தாமஜத ஸ்ரீ என்பவன் அரசனானான். இவனும் மகாஷத்ரபன் என்னும் சிறப்புப்பெயர் பெற்றிருந்தான். இவனுக்குப் பிறகு இவன் தம்பிக்கும் இவன் மகனுக்கும் ஆட்சி உரிமை பற்றி உள்நாட்டுக் போர் நடந்தது. அப்போரின் காரணமாக அவர்கள் பலம் குறைந்தது. அப்போது சதகர்ணியரசன் அவர்கள்மேல் படை யெடுத்துச் சென்று அவர்களின் நாடுகள் சிலவற்றைப் பிடித்துக் கொண்டான்.

இவ்வாறு கி.பி. 2-ஆம் நூற்றாண்டில் சாகசத்ரப - சதகர்ணி போர்கள் நடந்துகொண்டிருந்தன. இந்தப் போர்கள் சிலவற்றில் சேர அரசர்கள் சதகர்ணி யரசர்களுடன் சேர்ந்து சாக அரசர்களுடன் போர் செய்தார்கள். சேரன் செங்குட்டுவனுடைய தந்தையான இமயவரம்பன் நெடுஞ்சேரலாதன், யவனர்களுடன் போர்செய்து, ‘நயனில் வன்சொல் யவனர்ப் பிணித்து, நெய்தலைப் பெய்து கைபிற் கொளீஇ’ கொண்டுவந்தான் என்று 2-ஆம் பத்துப் பதிகம் கூறுவது இந்தச் சாகயவனர்களைத்தான். சில சரித்திரக்காரர் நெடுஞ்சேரலாதன் வென்ற யவனர் சேர நாட்டுக் கரையில் குடியேறியிந்த யவன வணிகரை என்று கூறுவது தவறு. ஏனென்றால், ‘கடவுட் பெயரிய கான’த்தில் இவன் போர் செய்து யவனரை வென்றான் என்று ஒன்பதாம் பத்து (8 : 2) கூறுகிறது. கடவுட் பெயரிய கானம் என்பது விந்தாட வியை என்று பழைய உரையாசிரியர் கூறுகிறார். விந்தாடவி

என்பது விந்தியமலைக் காடுகள். அதற்குத் தண்டகாரணியம் என்றும் பெயர் வழங்கிவந்தது. அந்தப் பகுதியை அந்தக் காலத்தில் சாகசத்ராப்பர்கள் ஆட்சி செய்திருந்தார்கள். அவர்களைத்தான் நெடுஞ்சேரலாதன் வென்றிருக்கக்கூடும்.

இமயவரம்பன் நெடுஞ்சேரலாதனின் மக்களில் ஒருவனும் நார்முடிச்சேரலுக்கும் சேரன் செங்குட்டுவனுக்கும் தம்பியும் ஆகிய ஆடுகோட்பாட்டுச் சேரலாதன், தண்டாரணியத்தில் (விந்தியமலைப் பிரதேசத்தில்) போய் ஆடுமாடுகளைக் கவர்ந்துகொண்டு வந்தான். "தண்டாரணியத்துக் கோட்பட்ட வருடையத் தொண்டியுட்டந்து கொடுப்பித்து" என்று 6-ஆம் பத்துப் பதிகம் கூறுகிறது. அதன் பழைய உரை, "தண்டாரணிய மென்றது ஆரிய நாட்டிலே உள்ளதோர் நாடு" என்று கூறுகிறது. தண்டாரணியம் என்பதும் தண்டகாரணியம் என்பதும் ஒன்றே. அதாவது விந்தியமலைப் பிரதேசம். தண்டகாரணியமாகிய விந்தியமலைப் பிரதேசத்தையரசாண்ட சாகசத்ராப் அரசர்களின் ஆனிரைகளை ஆடுகோட்பாட்டுச் சேரலாதன் கவர்ந்து கொண்டு வந்தான் போலும். இவன் சதகர்ணியரசர்களுக்கு உதவியாகச் சாக சத்ராப்புகளுடன் போர் செய்த காலத்தில் இது நிகழ்ந்திருக்கக் கூடும். பகையரசர்களுடைய காடுகளில் புகுந்து பகையரசரின் ஆனிரைகளைக் கவர்ந்துகொள்வது அக்காலத்து வழக்கம். அந்த வழக்கப்படி இச்சேரன் தண்டகாரணியதிலிருந்து ஆனிரைகளைக் கவர்ந்துகொண்டு வந்தான் போலும். சேரன் செங்குட்டுவன் என்னும் நூலை எழுதிய திரு. மு. இராகவையங்கார் அவர்கள் இதுபற்றி இவ்வாறு எழுதியுள்ளார்: "இவனது (ஆடுகோட்பாட்டுச் சேரலாதனது) வீரச் செயல்களிலே தண்டாரணியத்தள்ளவரால் கவரப்பட்ட ஆட்டு நிரைகளை மீட்டுத் தொண்டியிற் கொணர்ந்து சேர்ப்பித்ததே சிறப்புடையது" என்று எழுதியுள்ளார். இது ஏற்கத்தக்கது அன்று. இவர் கூறுவதுபோலே, தண்டார ணியத்து அரசர் சேர நாட்டுக்கு வந்து ஆடுமாடுகளைக் கொண்டு போக, அவற்றை இவன் சென்று மீட்டுக்கொண்டு வரவில்லை. ஆடுகோட்பாட்டுச் சேரலாதன், தண்டகாரணிய அரசர்களின் ஆடுமாடுகளைத்தான் கொண்டு வந்தான் என்று 6-ஆம் பத்துப் பதிகம் கூறுகிறது.

எனவே, தக்காணத்துச் சதகர்ணியரசர்களுக்கும் சேர மன்னர்களுக்கும் நெருங்கிய நட்புறவு இருந்ததென்பதும் சதகர்ணியரசர் சார்பாகச் சேர அரசரும் சாகசத்ராப் அரசராகிய யவன அரசருடன் போர் செய்திருக்கின்றனர் என்பதும் அறி கிறோம். மேலும், சேரன், செங்குட்டுவனும் சதகர்ணி (நூற்றுவர் கன்னர்) அரசரும் நட்பாக இருந்தனர் என்றும், அவன் இமய

மலைக்குச் சென்றபோது சதகர்ணியரசர் கங்கையாற்றில் படகுப் பாலம் அமைத்துக் கொடுத்தனர் என்பதும் சிலப்பதிகாரத்தினால் அறியப்படுகின்றன. கரிகாற்சோழன் வடநாட்டுக்கு யாத்திரை சென்றபோது, அவனுக்குத் தோரணவாயிலைக் கொடுத்த அரசன் அவனுக்கு நண்பனான சதகர்ணி அரசனாக இருக்க வேண்டும்.

அவந்தி வேந்தன் உவந்தனன் கொடுத்த
நிவந்தோங்கு மரபில் தோரண வாயிலும்

என்று சிலம்பு இந்திரவிழவூரெடுத்த காதை (103-104) கூறுகிறது. இதற்கு உரை எழுதிய அடியார்க்கு நல்லார், 'அவந்தி - உஞ்சை' என்ற உரை எழுதுகிறார். உஞ்சை என்பது உச்சயினி நகரத்தின் தமிழ்ப் பெயர். பெரிபிளஸ் என்னும் யவன ஆசிரியர் தாம் கி.பி. 140இல் எழுதிய நூலில், தியஸ்தெனஸ் என்னும் சத்ராப் அரசனின் தலைநகரம் ஊஸெனி என்று எழுதியிருப்பதை முன்னமே கூறினோம். தியஸ்தெனஸ் என்பது கஷ்டனன் என்னும் சாக அரசன் பெயர் என்பதும் ஊஸெனி என்பது உச்சயினி (உஞ்சை) நகரம் என்பதும் முன்னமே விளக்கப்பட்டன். கரிகாற் சோழனுக்குத் தோரண வாயிலைக் கொடுத்தவன் சதகர்ணி என்னும் அரசன் என்பது தெரிகின்றது. ஏனென்றால், 'அவந்தி வேந்தன் உவந்தனன் கொடுத்த' என்பதற்கு அரும்பதவுரை யாசிரியர் 'உவந்தனன் கொடுத்த - மித்திரனாய்க் கொடுத்த' என்று உரை எழுதுகிறார். எனவே, கரிகாற் சோழனுடன் நட்புக் கொண்டிருந்த சதகர்ணி அப்போது அவந்தி நாட்டையரசாண் டிருக்க வேண்டும்.

கி.பி. 2ஆம் நூற்றாண்டில் தக்கண தேசத்துக்கு வடக்கே இருந்த ஆரிய நாட்டில் சிற்றரசர்கள் சிறுசிறு இராச்சியங்களை ஆண்டு வந்தார்கள். பேரரசர்கள் இருக்கவில்லை. இந்திய வரலாற்றில் அக்காலம் இருண்ட காலம் என்று சரித்திரம் கூறுகிறது.

7. இமயவரம்பன் - வானவரம்பன்

இவை சேர மன்னர்களின் சிறப்புப் பெயர்கள். சேர நாட்டு அரசர்கள் இமயவரம்பன், வானவரம்பன் என்னுஞ் சிறப்புப் பெயர்களைப் பெற்றிருந்ததைச் சங்க நூல்களிலிருந்து அறிகிறோம். மாமூலனார் என்னும் புலவர் ஒரு வானவரம்பனைக் குறிப்பிடுகிறார் (அகம் 359 : 6) வெள்ளிவீதியார் என்னும் புலவர் ஒரு வானவரம்பனைக் கூறுகிறார் (அகம் 45:17). நக்கீரர் என்னும் புலவர் ஒரு வானவரம்பனைக் கூறுகிறார் (அகம் 389 : 16). வானவன், வானவர் என்பது சேர அரச குலத்தைச் சேர்ந்த எல்லோருக்கும் உரிய பொதுப் பெயர். வானவன் வேறு வானவரம்பன் என்பது வேறு.

இமயவரம்பன், வானவரம்பன் என்னும் பெயர்கள் சேர அரசர்களுக்கு மாறிமாறி வழங்கப்பட்டுள்ளன. குடக்கோ நெடுஞ் சேரலாதன், இமயவரம்பன் என்று கூறப்படுகிறான் (பதிற்று. 2ஆம் பத்து, பதிகம்). அவனுடைய மூத்த மகனான களங்காய்க் கண்ணி நார்முடிச் சேரல் வானவரம்பன் என்று கூறப்படுகிறான் (4ஆம் பத்து 8 : 12) நார்முடிச் சேரலின் தம்பியாகிய சேரன் செங்குட்டுவன், இமயவரம்பன் என்று கூறப்பட்டுள்ளான் (சிலம்பு 26 : 23, 30 : 161). இவர்களின் தம்பியாகிய ஆடுகோட் பாட்டுச் சேரலாதன், வானவரம்பனின் என்று கூறப்பட்டான். (6ஆம் பத்து 8 : 12). சேர அரசர் பரம்பரையில் மூத்த குடியில் வந்த அரசர் மட்டும் இப்பெயர்களைச் சூட்டிக்கொண்டனர். இளைய குடி மரபில் வந்த அரசர்கள் இப்பெயர்களைச் சூட்டிக் கொள்ளவில்லை என்பது தெரிகின்றது.

உதியஞ் சேரல் (வானவரம்பன்)
↓
குடக்கோ நெடுஞ்சேரலாதன் (இமயவரம்பன்)
↓
களங்காய்க்கண்ணி நார்முடிச்சேரல் (வானவரம்பன்)
↓
கடற்பிறக்கோட்டிய சேரன் செங்குட்டுவன் (இமயவரம்பன்)
↓
ஆடுகோட்பாட்டுச் சேரலாதன் (வானவரம்பன்)

இச்சிறப்புப் பெயர்களைச் சேர அரசர் மட்டுமே சூட்டிக் கொண்டார்கள். ஏனைய சோழ, பாண்டிய மன்னர்கள் இப்பெயர்களைச் சூட்டிக்கொள்ளவில்லை. இமயவரம்பன் என்றால் இமயமலையை எல்லையாகவுடையவன் என்றும் வானவரம்பன் என்றால் வானத்தை எல்லையாகவுடையவன் என்றும் பொருள் கூறப்படுகிறது. மேலோட்டமாகப் பார்க்கும் போது இப்பொருள்கள் சரியானவை என்று தோன்றுகின்றன. ஆனால், சிந்தித்து ஆராய்ந்து பார்க்கும்போது இப்பொருள்கள் தவறானவை என்று தெரிகின்றன.

இமயவரம்பன், இமயமலையைத் தன்னுடைய இராச்சியத்திற்கு எல்லையாகவுடையவன் என்று பொருள் கொண்டால், மற்ற மூன்று திசைகளில் எல்லை என்ன என்னுஞ் கேள்வி எழுகின்றது. ஒரு நாட்டுக்கு எல்லை கூறும்போது அதன் நான்கு திசை களுக்கும் எல்லை கூறவேண்டுமல்லவா? வடக்கு எல்லையாக இமயமலையை மட்டுங் கூறினால் போதுமா? இமயமலையை வட எல்லையாகவுடையவன் மற்ற மூன்று திசைகளிலும் கடலை எல்லையாகக் கொண்டிருந்தான் என்று கொள்ள வேண்டும். அப்படியானால், வடக்கே இமயத்தையும் மற்றக் கிழக்கு மேற்குத் தெற்குத் திசைகளில் கடல்களையும் எல்லையாகவுடைய அரசன் பாரத நாட்டின் சக்கரவர்த்தியாக அல்லவா இருக்க வேண்டும்! சேர நாட்டுச் சேர மன்னர்களில் ஒருவரேனும் இந்தியா தேசத்தின் சக்கரவர்த்தியாக இருந்து இமயம் முதல் குமரி வரையில் ஆட்சி செய்ததாகச் சரித்திரத்தில் காணப்படவில்லை. ஆகவே, 1500 மைல் நீளமுள்ள இமய மலையை வட எல்லை யாகக் கொண்டிருந்தபடியால் சேரன், இமயவரம்பன் என்று பெயர் பெற்றான் என்று கூறுவது பொருந்தாது. அது பொருளற்ற வெற்றுரையாகும்.

சேர மன்னர் தங்களுடைய அடையாளமாகிய வில்லின் உருவத்தை இமயமலைப் பாறையில் செதுக்கி வைத்தபடியால் அவர்களுக்கு இமயவரம்பர் என்னும் பெயர் ஏற்பட்டதென்று சிலர் சொல்லக்கூடும். இக்கருத்தும் ஏற்கத்தக்கதன்று. ஏனென்றால், இமயமலைப் பாறையில் சேர அரசர்கள் மட்டும் தங்கள் அடை யாளத்தைப் பொறித்து வைக்கவில்லை. ஏனைய சோழ பாண்டியர் களும் தங்கள் அடையாளமாகிய புலி, கயல்களின் உருவங்களைப் பொறித்துவைத்துள்ளனர் என்று சங்க நூல்கள் கூறுகின்றன.

செருவெங் காதலில் திருமா வளவன்

....

இமையவர் உறையும் சிமையப் பிடர்த்தலைக்
கொடுவரி ஒற்றிக் கொள்கையிற் பெயர்வோற்கு

(சிலம்பு 5: 90-98)

பொன்னிமயக் கோட்டுப் புலிபொறித்து மண்ணாண்டான்
மன்னன் வளவன் மதிற்புகார் வாழ்வேந்தன்!

(சிலம்பு, ஆய்ச்சியர் குரவை, உள்வரி வாழ்த்து 2)
வடவரைமேல் வாள்வேங்கை ஒற்றினன் யார் அம்மானை
....
கொற்றவன் பூம்புகார் பாடேலோ ரம்மானை!
(சிலம்பு, வாழ்த்துக்காதை, அம்மானை, வரி 2)
கயலெழுதிய இமய நெற்றியின்
அயலெழுதிய புலியும் வில்லும்   (சிலம்பு 17:1-2)

எனவே, சேர அரசர் இமயமலையில் தங்கள் அடையாள மாகிய வில்லைப் பொறித்தபடியால் இமயவரம்பர் என்று சிறப்புப் பெயர் பெற்றனர் என்று கூறுவது பொருந்தாது, அக் காரணம் பற்றியே ஏனைய சோழ பாண்டியருக்கும் இமயவரம்பன் என்னும் பெயர் பொருந்துமாகையினால், ஆனால், சோழ பாண்டிய அரசர்கள், இமயவரம்பன் என்னும் சிறப்புப் பெயரைச் சூட்டிக்கொண்டதேயில்லை. சேர நாட்டு அரசர் மட்டுந்தான் இமயவரம்பன் என்னுஞ் சிறப்புப் பெயரைச் சூட்டிக்கொண்டனர். ஆகவே, இமயவரம்பன் என்னும் பெயர் சேர மன்னருக்கேயுரிய தனிச் சிறப்புப் பெயராகத் தெரிகின்றது. ஆனால், அப்பெயரின் காரணம் தெரியவில்லை.

இமயவரம்பன் என்பதற்கு, இமயமலையை எல்லையாக உடையவன் என்னும் பொருள் ஏற்கத்தக்கது அன்று; அதற்கு வேறு ஏதோ பொருள் இருக்க வேண்டும்.

அதுபோலவே, வானவரம்பன் என்றால் வானத்தை எல்லை யாக யுடையவன் என்னும் பொருளும் பொருந்தாது. நிலத்துக்கு எல்லை கூறும்போது நிலத்தில் உள்ள பொருள்களையே எல்லை யாகக் கூற வேண்டும். நிலவுலகத்துக்கு அப்பாற்பட்ட வானத்தை எல்லையாகக் கூறுவது பைத்தியக்காரர் கூற்றாகும். ஆகவே, வானவரம்பன் என்றால், வானத்தை எல்லையாகவுடையவன் என்று பொருள் கூறுவது பொருந்தாது. அது ஏற்கத்தக்கது அன்று. வானவரம்பன் என்பதற்கு வேறு பொருள் இருக்க வேண்டும்.

(தமிழ் மரபை யறியாத இக்காலத்து மலையாளிகள் சிலர் வானவரம்பன், இமயவரம்பன் என்னும் பெயர்களை வான (பாண) வர்மன், இமயவர்மன் என்று கூற முற்பட்டுள்ளனர். வர்மன் என்னும் பெயரைப் பிற்காலத்தில் அரசர்கள் தங்கள் பெயருடன் அமைத்துக்கொண்டது உண்மையே. உதாரணமாக மகேந்திரவர்மன், நரசிம்மவர்மன், நந்திவர்மன், மார்த்தாண்ட வர்மன் முதலியன. ஆனால், சங்க காலத்தில், தமிழரசர்கள் வர்மன் என்னும் பெயரைச் சூட்டிக்கொள்ளவில்லை. இந்தச் சரித்திர உண்மையை யறியாத சிலர் இமயவர்மன், வான (வாண) வர்மன் என்று திரித்துக்கூறுவது தவறானது.)

இமயவரம்பன், வானவரம்பன் என்னுஞ் சொற்களின் உண்மை யான உருவம் இமையவரன்பன், வானவரன்பன் என்றிருக்க வேண்டும் என்று தோன்றுகிறது. (இமையவர் + அன்பன் = இமையவரன்பன், வானவர் + அன்பன் = வானவரன்பன்) இமயவர் என்றால் தேவர். வானவர் என்றாலும் தேவர் என்பது பொருள். இமையவரன்பன், வானவரன்பன் என்னுஞ் சொற்கள் பிற்காலத்தில் ஏடெழுதுவோரின் கைப்பிழையால் இமயவரம்பன் வானவரம்பன் என்று மருவிவிட்டன என்று கருதலாம். வானவர் அல்லது இமையவர் ஆகிய தேவர்களுக்குப் பிரியமானவன் என்னும் பொருளில் இப்பெயர்கள் சேர மன்னருக்கு வழங்கப் பட்டுப் பிற்காலத்தில் பூதேவராகிய பிராமணருக்கு அன்பன் என்னும் பொருளில் வழங்கப்பட்டன. தேவர் என்னும் பொருள் உள்ள இமையவர், வானவர் என்னுஞ் சொற்கள் பிற்காலத்தில் பிராமணர் என்னும் பொருளில் வழங்கப்பட்டன. பிராமணர் தங்களைப் பூதேவர் என்று கூறிக்கொண்டனர். 'பொய்யக மில்லாப் பூசுரர் வாழும் புறவம்மே' என்றும் 'பூவால் நீரால் பூசுரர் போற்றும் புத்தூரே' என்றும் 'தரைத்தேவர் பணிசண்பை தமிழ்க்காழி' என்றும் பிற்காலத்துத் திருஞான சம்பந்தர் தமது தேவாரத்தில் கூறியிருப்பது காண்க. மற்றத் தமிழ் வேந்தர்கைளை விட சேர நாட்டு மன்னர்கள் பிராமணர்களை அதிகமாகப் போற்றி அவர்களுக்குத் தான தருமங்களை அதிகமாகச் செய்திருப்பதைச் சங்க நூல்களில் நன்கு காணலாம்.

பிராமணரிடம் அதிக அன்புள்ளவராக இருந்தது பற்றியே சேர மன்னர் இமையவரன்பர், வானவரன்பர் என்றும் பெயர் பெற்றிருக்கக்கூடும் என்பதற்குச் சான்றும் இருக்கிறது. பதிற்றுப் பத்து ஆறாம் பத்தின் பதிகத்தில் இதற்குச் சான்று காணப் படுகிறது. ஆடுகோட்பாட்டுச் சேரலாதன், வானவரம்பன் என்று சிறப்புப் பெயர் பெற்றிருந்தான் என்றும், அவன் பார்ப்பார்க்குக் கபிலைப் பசுக்களைத் தானங்கொடுத்துக் குடநாட்டிலே ஓரூரையும் பிரமதேயமாகத் தானஞ் செய்தான் என்றும், இவ்வாறு செய்தபடியினாலே அவன் தனக்குள்ள வானவரம்பன் என்னும் பெயரை விளங்கச் செய்தான் என்றும் அது கூறுகின்றது.

> பார்ப்பார்க்குக்
> **கபிலையொடு குடநாட்டு ஓரூர் ஈத்து**
> **வான வரம்பனெப் பெயரினது விளக்கி**

என்பது 6-ஆம் பத்துப் பதிகம்.

பிராமணர்களுக்குத் தான தருமஞ் செய்தபடியினாலே அவன், வானவரம்பன் என்னும் தன் பெயரை விளங்கச் செய்தான் என்று இச்செய்யுள் திட்டமாகக் கூறுகிறது.

இச்செய்யுளில் 'வானவரம்பன்' என்றிருக்க வேண்டிய சொல் 'வானவரம்பன்' என்று தவறாக இருப்பது காண்க. பிராமணருக்குக் கபிலைப் பசுக்களையும் உரையும் தானஞ் செய்ததால் வானவரன்பன்

((பூ) தேவர்களின் அன்பன்) என்றும் பெயர் பொருந்துமல்லாமல், வானத்தை எல்லையாகவுடையன என்னும் பொருளுள்ள வானவரம்பன் என்பது பொருந்தாதன்றோ? எனவே, இச் செய்யுளின் கருத்தையும் பொருளையும் நோக்கும்போது இதில் உள்ள ‘வானவரம்பன்’ என்பது பொருந்தாது என்பதும் ‘வானவரன்பன்’ என்பதே பொருந்தும் என்பதும் தெரிகின்றது. ஆகவே, ‘வானவரம்பன்’ என்பது பிழையான படம் ஆகும். மேலே காட்டிய சான்றினால் கடைச்சங்க காலத்தின் இறுதியிலே, அதாவது கி.பி. முதல் இரண்டாவது நூற்றாண்டுகளிலே பிராமணரின் அன்பன் என்னும் பொருளில் வானவரன்பன், இமயவரன்பன் என்னும் பெயர்கள் சேர அரசர்களுக்கு வழங்கப் பட்டதைக் கண்டோம். ஆனால், இச்சொற்கள் இப்பொருளைப் பெறுவதற்கு முன்பு கி.மு. முதலாவது இரண்டாவது நூற்றாண்டு களிலே வேறு பொருளுள்ளனவாக இருந்தன என்றும் கூறினோம். அந்த வேறு பொருள் யாது என்பதைக் காண்போம்.

கி.மு. மூன்றாம் நூற்றாண்டிலே தமிழிந்தியாவைத் தவிர ஏனைய இந்தியா தேசம் முழுவதையும் அரசாண்ட அசோகச் சக்கரவர்த்தி தேவனாம்பிய (தேவனாம்பிரிய) என்னும் சிறப்புப் பெயர் பெற்றிருந்தார் என்பது சரித்திரம் அறிந்தவர்கள் நன்கறிவார்கள். தேவனாம்பிய என்னும் பாலி மொழிச் சொல் சமஸ்கிருத மொழியில் தேவனாம்பிரிய என்றாகும். தேவனாம் பிரியன் என்றால் தேவர்களுக்குப் பிரியமானவன் என்பது பொருள். அசோகச் சக்கரவர்த்தியின் சாசனங்களிலே தேவனாம்பிய என்னும் பெயர் அவருக்கு வழங்கப்பட்டிருப்பதைக் காண் கிறோம். இலங்கையில் வழங்குகின்ற மகாவம்சம் என்னும் நூலிலும் அசோகச் சக்கரவர்த்தி தேவனாம்பிய என்று கூறப்பட்டிருக்கிறார். அசோகச் சக்கரவர்த்தி, பௌத்தப் பிக்குகளைத் தமிழகம், இலங்கை முதலிய தேசங்களிலே அனுப்பிப் பௌத்த மதத்தைப் பரவச்செய்தார் என்பது சரித்திர உண்மை. அசோகச் சக்கரவர்த்தியின் பாறைக்கற் சாசனங்களில் இரண்டாவதும் பதின்மூன்றாவதும் (Inscriptions of Asoka, Rock Edicts II and XIII) இச்செய்தியைத் தெளிவாகச் சந்தேகம் இல்லாமல் கூறகின்றன. இந்தச் சாசனங்களில் தேவனாம்பிரியராகிய அசோகச் சக்ரவர்த்தி, சேர அரசர்களைக் கேரள புத்த (கேரள புத்திரர்) என்று கூறுகிறார்.

அசோகச் சக்கரவர்த்தி காலத்தில் இலங்கையையரசாண்ட அரசன் திஸ்ஸன் என்பவன். இவன் அசோகருடன் நட்பு உடைய வன். இவன் அசோகரைப் போலவே தானும் தேவனாம்பிய (தேவனாம்பிரியன்) என்று பெயர் சூட்டிக்கொண்டான். அவனுக்குப் பிறகு வந்த சில இலங்கையரசர்களும் தங்கள் பெயருடன் தேவனாம்பிய என்னும் சிறப்புப் பெயரைச் சூட்டிக் கொண்டனர். அசோகச் சக்கரவர்த்தி காலத்தில் இந்தச் சேர வேந்தர்களும் அவருடன் நட்புக்

கொண்டிருந்தார்கள் என்பது, அசோகச் சாசனங்கள் அவர்களைக் 'கேரள புத்திரன்' என்று கூறுவதிலிருந்து அறியலாம். அசோகச் சக்கரவர்த்தியுடன் நட்புமுறையில் இருந்த சேர மன்னர்கள் அவரைப் போலவே, தங்களையும் தேவனாம்பிரியா என்று கூறிக்கொள்ள விரும்பி, அப்பெயரைத் தமிழாக்கி இமயவரன்பன், வானவரன்பன் (= தேவனாம்பிரியன்) என்று வைத்துக் கொண்டார்கள் போலும் (சோழ, பாண்டியர் இப்பெயரைச் சூட்டிக்கொள்ளவில்லை).

கி.மு. மூன்றாம் நூற்றாண்டில் அசோகச் சக்கரவர்த்தி காலத்தில் சேர அரசர் தங்களுக்குச் சிறப்பு பெயராகச் சூட்டிக் கொண்ட வானவர் அன்பன், இமயவர் அன்பன் என்னும் பெயர்கள், இரண்டு மூன்று நூற்றாண்டுகளுக்குப் பிறகு (கடைச் சங்க காலத்தின் இறுதியில்) அவற்றின் உண்மையான பொருள் மறக்கப்பட்டு, பிராமணரின் அன்பன் என்னும் பொருளில் வழங்கப்பட்டன என்று தோன்றுகிறது. இதற்குச் சான்று, மேலே காட்டப்பட்டது. அதாவது "பார்ப்பார்க்குக் கபிலையொடு குட நாட்டு ஓரூர் ஈத்து, வானவரம்பன் எனப் பெயரினிது விளக்கி" என்னும் பதிக (6-ஆம் பத்து) அடிகளினால் விளங்குகின்றது.

பிற்காலத்தில் இச்சொற்கள் ஏடெழுதுவோரின் கைப்பிழை யால் வானவரம்பன், இமயவரம்வன் என்று தவறாக எழுதப்பட்டு, அதற்கு வானத்தை எல்லையாகவுடையவன் இமயமலையை எல்லையாகவுடையவன் என்று பொருள் கூறப்பட்டது.

சேர அரசர் 'இமயவரம்பன்' என்னும் சிறப்புப் பெயரைச் சூட்டிக் கொண்டதை அறிந்தோம். திரு. P.T. சீனிவாச ஐயங்கார், புலவர்கள் 'இமயவரம்பன்' (இமயமலையை எல்லையாகவுடைய வன்) என்று கற்பித்துத் தாங்களாகவே நெடுஞ்சேரலாதனுக்கும் செங்குட்டுவனுக்கும் இப்பெயரைச் சூட்டினார்கள் என்று புலவர்களின் மேல் பழிபோடுகிறார். (P.T. Srinivasa Iyengar, History of the Tamils, 1929, p. 503.) இது சிறிதும் பொருந்தாது. இப் பெயர்கள் புலவர்களால் தங்கள் விருப்பப்படி சூட்டியவையல்ல. சேர அரசர்களே தங்களுக்குப் பரம்பரைப் பெயராகச் சூட்டிக் கொண்ட பெயர்கள் என்பதை மேலே விளக்கினோம்.

8. இரு பெருங் காவியங்கள்

சேரன் செங்குட்டுவனின் இறுதிக் காலத்தில் (கி.பி. 2-ஆம் நூற்றாண்டின் கடைசியில்) சிலப்பதிகாரம், மணிமேகலை என்னும் இரண்டு சிறந்த காவியங்கள் முறையே இளங்கோ அடிகளாலும் மதுரைக் கூலவாணிகன் சாத்தனாராலும் இயற்றப் பட்டன. சிலப்பதிகாரம் இயற்றிய இளங்கோ அடிகள், சேரன் செங்குட்டுவனுடைய தம்பியார். சமண சமயத்தை மேற்கொண்டு துறவு பூண்டு குணவாயிற் கோட்டத்தில் துறவிகளுடன் வசித்து வந்தார். மணிமேகலைக் காவியத்தை இயற்றிய கூலவாணிகன் சாத்தனார் மதுரையில் தானிய வாணிகம் செய்தவர். இவர் இளங்கோ அடிகளுக்கும் சேரன் செங்குட்டுவனுக்கும் நண்பர். அக்காலத்தில் தமிழில் அகப்பொருள், புறப்பாருள் பற்றிய தனிச் செய்யுட்களும் பரிபாடல் முதலிய இசைத் தமிழ் நூல்களும் இருந்தன. தமிழ்நாட்டுக்கே உரிய காவிய நூல்கள் அக்காலத்தில் தமிழில் இல்லை. பாரதம், இராமாயணம் போன்ற நூல்கள் அக்காலத்தில் தமிழில் இருந்தன என்பதற்குச் சான்றுகள் உள்ளன. தொடர்நிலைச் செய்யுளாகச் சிலப்பதிகாரத்தையும் மணிமேகலையையும் இவ்விரு பெரும் புலவர்கள் முதன் முதலாக இயற்றினார்கள்; இவர்கள் தங்கள் நூல்களுக்கு இதிகாசப் புராணக் கதைகளையோ புனை கதைகளையோ பொருளாகக் கொள்ளாமல், தங்கள் காலத்தில் நிகழ்ந்த, நாட்டு மக்களின் மனத்தை ஈர்த்த, இரண்டு நிகழ்ச்சிகளை ஆதாரமாகக் கொண்டு இவ்விரண்டு காவியங்களை இயற்றினார்கள் என்பது குறிப்பிடத்தக்கது.

காவிரிப்பூம்பட்டினத்தில் பெருஞ்செல்வனாக இருந்த கோவலன் தன் பெருஞ் செல்வத்தைச் செலவு செய்து வறுமை யடைந்து தன் மனைவியாகிய கண்ணகியுடன் மதுரைக்குச் சென்று, வாணிகஞ் செய்து பொருள் ஈட்ட முயன்றான். அவன் தன் மனைவியின் காற் சிலம்பை விற்கச் சென்றபோது களவுக் குற்றஞ் சாற்றிக் கொல்லப்பட்டான். அவன் மனைவி கண்ணகி பாண்டியனிடஞ் சென்று, தன் கணவன் கள்வன் அல்லன் என்பதை நிறுவினாள். பாண்டியன் நீதி தவறி, நல்லவன் ஒருவனை அநியாயமாகக் கொலை செய்ததற்காக, ஆத்திரங் கொண்ட நகர மக்கள் அவனுடைய அரண்மனைக்குத் தீயிட்டுக் கொளுத்தினார்கள். பிறகு, கண்ணகி

வாழ்க்கையை வெறுத்துப் பட்டினியுடன் பதினான்கு நாட்கள் வழி நடந்து கடைசியில் ஒரு வேங்கைமர நிழலில் இருந்து உயிர்விட்டாள். பத்தினியாகிய கண்ணகியாருக்குச் சேரன் செங்குட்டுவன் கோட்டம் அமைத்துச் சிறப்புச் செய்தான். இந்நிகழ்ச்சியை ஆதாரமாகக் கொண்டு சிலப்பதிகாரக் காவியம் இயற்றப்பட்டது.

மற்றொரு நிகழ்ச்சி மணிமேகலையின் துறவு. கோவலனுக்கும் புகழ்பெற்ற நாடகக் கணிகையாகிய மாதவிக்கும் பிறந்த மணி மேகலை. அவள் மங்கைப் பருவமடைந்த போது அவளைக் காதற் கிழத்தியாகப் பெறச் சோழ அரசன் மகனான உதயகுமரன் விரும்பினான். இந்தக் காதல் முயற்சியில் அவ்விளவரசன் தற் செயலாகக் கொலை செய்யப்பட்டு இறந்தான். பிறகு மணிமேகலை வாழ்க்கையில் வெறுப்புக் கொண்டு பௌத்த மதத்தை மேற் கொண்டு துறவு பூண்டு, அறச்செயல்களைச் செய்துகொண்டிருந் தாள். பிறகு காஞ்சீபுரத்தில் வீடுபேறடைந்தாள். இந்நிகழ்ச்சியை ஆதாரமாகக் கொண்டு இயற்றப்பட்டது மணிமேகலை என்னும் காவியம்.

சிலப்பதிகாரம்

மேலே கூறியபடி சிலப்பதிகாரம், கோவலன் கண்ணகியின் வரலாற்றைக் கூறுகிறது. இது அவலச் சுவையுடைய வரலாறு. செல்வச் சீமானாகப் பிறந்த கோவலன், செல்வச் சீமான் மகள் கண்ணகியை மணந்து வாழ்ந்து வந்தான். சில காலத்துக்குப் பிறகு அவன், மாதவி என்னும் நாடகக் கணிகையின் ஆடல் பாடல்களில் ஈடுபட்டுக் கண்ணகியைத் துறந்து மாதவியின் இடத்திலே தங்கித் தன் செல்வங்களையெல்லாம் செலவு செய்து வறுமையடைந்தான். பிறகு, தான் செய்த தவற்றை உணர்ந்து, கண்ணகி யிடஞ் சென்றான். கண்ணகியிடம் அவளுடைய காற்சிலம்புகள் மட்டும் இருந்தன. அதை விற்று அப்பணத்தை முதலாக வைத்து வாணிகஞ் செய்து இழந்த செல்வத்தைச் சம்பாதிக்க எண்ணி அவனும் கண்ணகியும் உற்றார் உறவினருக்குச் சொல்லாமலே மதுரைக்குப் போனார்கள். கவுந்தியடிகள் என்னும் சமண சமயப் பெண்பால் துறவியார், வழியில் எதிர்ப்பட்டு அவர்களுடன் மதுரைக்குச் சென்றார். இவர்கள் மூவரும் காவிரிப்பூம் பட்டினத்தில் இருந்து கால்நடையாகவே நடந்து மதுரைக்குச் சென்றார்கள்.

மதுரையை அடைந்ததும் கவுந்தியடிகள், துறவிகள் தங்கி யிருந்த இடத்தில், நகரத்துக்கு வெளியே தங்கினார். அவர்களுடன் சென்ற கோவலன் கண்ணகியர், துறவிகளுடன் தங்கியிருக்கக் கூடாதாகையால், மதுரை நகரத்தில் தங்க ஒரு இடத்தைக்

கண்டு வரும்படி கவுந்தியடிகள் கோவலனுக்குக் கூற, கோவலன் நகரத்துக்குள் சென்று நகரத்தைச் சுற்றிப் பார்த்துத் தங்கியிருக்க இடம் ஏற்படுத்தாமலே திரும்பி வந்துவிட்டான். செல்வச் சீமானாக வாழ்ந்திருந்த தான், இப்போது வறுமையடைந்த நிலையிலும், பிறர் இல்லத்தில் சென்று தங்குவது தன்னுடைய தன்மானத்துக்குத் தாழ்ந்ததாக அவன் கருதினான். தான் இன்னான் என்பதை மதுரை வணிகரிடம் இவன் கூறியிருந்தால் அவர்கள் இவன் குலப்பெருமை காரணமாக இவனைத் தங்கள் விருந்தினனாக விரும்பி ஏற்றுக் கொண்டிருப்பார்கள். கோவலன் அவ்வாறு பிறர் ஆதரவில் தங்கியிருக்க விரும்பவில்லை.

தங்க இடந் தேடாமல் திரும்பிவந்த கோவலனையும் தன்னுடன் இருந்த அவன் மனைவி கண்ணகியையும் கவுந்தியடிகள், மாதரி என்னும் இடைக்குல மூதாட்டியிடம் அடைக்கலமாகக் கொடுத்து அவள் வீட்டுக்கு அனுப்பினார். கோவலனும் கண்ணகியும் மாதரியின் குடிலில் தங்கினார்கள். மாதரியின் மகள் ஐயை என்னுஞ் சிறுமி கண்ணகிக்குத் தோழியாக இருந்தாள்.

அடுத்த நாள் கோவலன், கண்ணகியின் காற்சிலம்பை விற்கப் போனான். போகும்போது வீதியில் பாண்டியனுடைய பொற் கொல்லன் தற்செயலாக வருவதைக் கண்டு அவனிடம் சிலம்பை விற்பதற்குக் காட்டினான். அயல்நாட்டான் ஒருவன் வறுமையான நிலையில் அதிக விலைமதிப்புள்ள பொற்சிலம்பை விலை கூறுவதைக் கண்டு பொற்கொல்லன், தான் முன்பு பாண்டிமா தேவியின் காற்சிலம்பைச் செப்பனிடுவதற்காகக் கொண்டு வந்தவன் அதனைத் திருப்பிக் கொடுக்காமல் களவாடிக் கொண்டவனாதலின், தன் களவுக் குற்றத்தை இப்புதியவன் மேல் சுமத்த இதுவே தக்க சமயம் என்று கருதினான். ஆகவே, கோவலனைத் தன் இல்லத்தின் அருகில் இருத்தித் தான் சிலம்பை விலைபேசி வருவதாகச் சொல்லிப் போனான்.

போனவன், அரசியின் பொற்சிலம்பைக் களவாடிய கள்ளன் தன்னிடம் வந்து அதை விலைபேசி விற்க வந்திருக்கிறான் என்று கூறி அரசனை நம்பச் செய்தான். அரசன், அக்காலத்துச் சட்டப்படிக் கள்ளனைக் கொல்ல வேண்டிய முறைப்படி வீரர் சிலரை அனுப்பிக் கள்ளனைக் கொன்று சிலம்பைக் கொண்டு வரும்படி கட்டளையிட்டான். வீரர்களை அழைத்து வந்த பொற்கொல்லன் கோவலனைக் கள்ளன் என்று காட்ட, அவர்கள் அவனை வெட்டிவிட்டனர்.

பாண்டிமாதேவியின் காற்சிலம்பைக் களவாடிய குற்றத்துக் காக அயல்நாட்டான் ஒருவன் கொலை செய்யப்பட்ட செய்தி

நகரம் முழுவதும் பரவியது. அச்செய்தி கண்ணகியின் செவிக்கும் எட்டியது. களவுக் குற்றஞ் சாற்றிக் கொலை செய்யப்பட்டவன் தன் கணவனே என்று அறிந்ததும் அவள் மனம் துடித்தது. துன்பமும் துயரும் அவள் மனதைச் சூழ்ந்து கொண்டன. பெருந்துக்கத்தில் மூழ்கினாள். பதைபதைத்துப் புலம்பிக் கொண்டு கோவலன் வெட்டுண்டு கிடந்த இடத்துக்குச் சென்று அவனைத் தழுவிக் கொண்டாள். வாய்விட்டு அலறிப் புலம்பினாள். அந்த நிலையில் தன் கணவனுக்குச் செய்ய வேண்டிய முக்கியமான கடமையொன்று தன்மீது இருப்பதையுணர்ந்தாள். தன் கணவன் கள்வன் அல்லன், அத்தகைய இழி செயல் செய்தவன் அல்லன், அவன் பொய்யாகக் களவுக் குற்றம் சாற்றப்பட்டு அநியாயமாகக் கொல்லப்பட்டான் என்பதை அரசனுக்கும் உலகத்துக்கும் காட்டவேண்டிய பொறுப்பு தன்மேல் இருப்பதை உணர்ந்தாள்.

தன் கணவனுடைய மானம் மரியாதைகளைக் காப்பாற்றவேண்டிய பொறுப்பு - கடமை - தன் ஒருத்தி மேல் மட்டும் இருப்பதை உணர்ந்தாள். அக்கடமையைச் செய்ய வீறிட்டெழுந்தாள். உண்மையுள்ள இடத்தில் வீரம் பொலியுமன்றோ? நாட்டு மக்களை விளித்து அறை கூவினாள். இந்த நகரத்தில் நற்குடிப் பெண்டிர் இல்லையா? பிள்ளைகளைப் பெற்றெடுத்த சான்றோர் இல்லையா? தெய்வம் இல்லையா? நீதி நியாயம் இல்லையா? என்று முறையிட்டாள். இதைக் கேட்ட நகர மக்கள் நீதிமுறை தவறிவிட்டதை யுணர்ந்தார்கள். அரசன் தவறாக, அநீதியாக நல்லவன் ஒருவனைக் கொன்றுவிட்டான் என்பதை யுணர்ந்தார்கள். நகரத்தில் மக்களிடையே பரபரப்பு ஏற்பட்டது. ஆனால், இதன் உண்மையை அவர்களால் நிச்சயமாக அறிய முடியவில்லை. அவர்களுடைய அனுதாபமும் நல்லெண்ணமும் கண்ணகிபால் சாய்ந்தது. ஆனால், உண்மை யாது? தவறு யாருடையது? என்று அறியாமல் அவர்கள் மனம் ஊசலாடியது.

கண்ணகியார் அரண்மனைக்குச் சென்று அரசன் முன்பு தன் வழக்கை எடுத்துரைத்தார். அரசன் தான் தன் கடமையைச் செய்ததாகக் கூறினான். 'கள்ளனைக் கொல்வது கொடுங்கோல் அன்று, அரசருடைய கடமை, அதன்படியே நான் செய்தேன்' என்று கூறினான். 'இல்லை, என் கணவன் களவு செய்யவில்லை' என்று வாதாடினாள் கண்ணகி. பாண்டியன், தன் அரசியின் சிலம்பில் முத்துக்கள் பரலாக இருந்தன என்றான். கண்ணகி, தன் சிலம்பில் மாணிக்கக் கற்கள் பரலாக இருந்தன என்றாள். சான்று காண்பதற்காகக் கண்ணகியின் சிலம்பு அவைக்குக் கொண்டு வரப்பட்டது. அதை உடைத்தபோது அதனுள்ளிருந்து மாணிக்கப் பரல்கள்

வெளியே விழுந்தன. ஆம்! இது கண்ணகியின் காற்சிலம்புதான். பாண்டிமாதேவியின் சிலம்பு அன்று என்பது நிறுவப்பட்டது.

அரசன் திடுக்கிட்டான். தான் பெரிய தவறு செய்து விட்டதை உணர்ந்தான். அவன் மனம் என்ன பாடுபட்டது! பாண்டியன், ஆரியப்படை கடந்த நெடுஞ்செழியன், நீதிமான்; செங்கோல் வேந்தன்; கல்வி கற்ற புலவன்; 'உற்றுழியுதவியும் உறுபொருள் கொடுத்தும்' என்று தொடங்கும் புறநானூற்றுப் பாட்டைப் (புறம் 183) பாடியவன் அவன். இத்தகைய அறிஞனான பாண்டியன், தீவினைப் பயனாக, இத்தகைய பெரிய தவறு செய்துவிட்டதையறிந்தபோது அவன் மனம் துடித்தது. அறிவு கலங்கியது. இருதயத் துடித்து அவன் சிம்மாசனத்தில் இருந்தபடியே உயிர்விட்டான்.

அரசன் அநீதி செய்தான், கண்ணகியின் கணவன் கள்ளன் அல்லன் என்னும் செய்தி தெரிந்தவுடன் நகர மக்களின் உணர்ச்சி ஆவேசமாக மாறிவிட்டது. அவர்களில் சிலர் அரண்மனையைத் தீயிட்டுக் கொளுத்திவிட்டனர். அரண்மனை தீயினால் எரிந்தது.

இடைக்குல மூதாட்டி தன் வீட்டில் வந்திருந்த கோவலன் கொலை செய்யப்பட்டதையும் கண்ணகியின் துன்பத்தையும் அரசன் மனம் துடித்து இறந்ததையும் அறிந்து தீராத் துயரம் அடைந்தாள். அன்புள்ளம் படைத்த அம்மூதாட்டியினால் இத் துயரங்களைத் தாங்க முடியவில்லை. அவள் ஓடோடியுஞ் சென்று அரண்மனை எரிந்து கொண்டிருக்கிற தீயில் விழுந்து மாய்ந்து போனாள். கண்ணகியார் தன் துயரம் ஆற்றாமல், கொற்றவைக் கோயிலின் முன்னே போய்த் தன் கைவளைகளையுடைத்துவிட்டு வைகைக் கரைவழியே நடந்தார் (அக்காலத்துப் பெண்கள் கைம்மை யடைந்தால், கைவளைகளை உடைத்து விடுவது வழக்கம்). நடந்த கண்ணகியார் உணவும் நீரும் கொள்ளாமலும் ஓரிடத்தில் தங்காமலும் நெடுக நடந்தார். பதினான்கு நாட்களுக்குப் பிறகு ஒரு குன்றின்மேல் வேங்கை மரத்தின் கீழ் வந்து தங்கினார். அப்போது அவர் உயிர் அவர் உடலைவிட்டுப் பிரிந்தது.

கோவலன் கொலை செய்யப்பட்டதும், அரசன் இறந்ததும், அரண்மனை தீயிடப்பட்டதும் மாதவி அத்தீயில் விழுந்து இறந்ததும் ஆகிய துன்பச் செய்திகளைக் கேட்ட கவுந்தியடிகள் ஜைன சமயத்தவராதலின், கல்லேகனை நோன்பு (உண்ணாவிரதம்) இருந்து உயிர்விட்டார். கோவலன் மதுரையில் கொலையுண்டதும் கண்ணகி துன்புற்றதும் ஆகிய செய்திகளைக் கேட்ட கோவலன் மதுரையில் கொலையுண்டதும் கண்ணகி துன்புற்றதும் ஆகிய இறந்துபோனாள். அவன் தந்தையான மாசாத்துவான் தன் செல்வங்களைத் தானம் செய்துவிட்டுப் பௌத்த மதத்தை மேற் கொண்டு துறவு பூண்டான்.

கண்ணகியின் தாய், தன் மகளுக்கும் மருமகனுக்கும் நேரிட்ட தீராத் துயரத்தைக் கேட்டுத் தானும் துன்பம் தாங்க முடியாமல் உயிர்விட்டாள். அவள் தந்தையான மாநாய்கனும் துயரம் தாங்காமல் தன் செல்வங்களையெல்லாம் தான தருமம் செய்து ஆசீவகமத்துத் துறவியானான். மாதவியும் கோவலன் கண்ணகியரின் துன்பத்தைக் கேட்டு நாடகத் தொழிலைவிட்டுப் பௌத்த மதத்தைச் சேர்ந்து தவம் செய்தாள். இவ்வாறு அவலச் சுவைச் செய்தியுள்ளது இந்நிகழ்ச்சி. சேரன் செங்குட்டுவன், கண்ணகியின் செய்தியையறிந்து பத்தினியாகிய அவருக்குக் கோட்டம் அமைத்துச் சிறப்புச் செய்தான்.

இந்த நிகழ்ச்சிகளைக் கொண்டு இளங்கோவடிகள் சிலப்பதி காரம் என்னும் இச்சிறந்த காவியத்தை இயற்றினார். இளங்கோ அடிகள் இதை இயற்றுவதற்கு முக்கியக் காரணமும் உண்டு. இக்காவியத் தலைவராகிய கோவலனும் கண்ணகியும் சமண சமயத்தவர். சமண சமயத்தவரான இளங்கோ அடிகள் தம் சமயத்தைச் சேர்ந்த இவர்களின் வரலாற்றை யமைத்து இக் காவியத்தை இயற்றினார். அன்றியும், நல்வினை, தீவினை என்னம் ஊழின்படி உயிர்கள் நன்மை தீமையடைகின்றன என்னும் சமண சமயக் கொள்கையை வற்புறுத்துவதற்கு இந்நிகழ்ச்சிகள் உதவியாக இருக்கின்றன. மற்றொரு காரணம்,

அரைசியல் பிழைத்தோர்க் கறங்கூற் றாவதூம்
உரைசால் பத்தினிக் குயர்ந்தோர் ஏத்தலும்
ஊழ்வினை யுருத்துவந் தூட்டும் என்பதூஉம்.

ஆகிய செய்திகளைக் கூறுவதற்கு இக்காவியம் இயற்றப்பட்டது.

காவியக் கற்பனை

காவிய நூல் சிறப்பாக அமைய வேண்டுமானால் அதில் கற்பனைகளும் உவமைகளும் வர்ணனையும் மெய்ப்பாட்டுச் சுவைகளும் பெரிதும் இடம்பெற வேண்டும். இவையெல்லாம் இக்காவியத்தில் இடம்பெற்று அழகுடன் மிளிர்கின்றன. இது வெறுங் காவியம் மட்டும் அன்று, இயல், இசை, நாடகம் என்னும் முத்தமிழ் இலக்கியமும் ஆகும்.

சரித்திர நிகழ்ச்சியாக இருந்தாலும் கதையாக இருந்தாலும் அவை காவிய நிலையை அடையும்போது அதில் கற்பனைகள் இடம்பெறாவிட்டால் காவியத் தன்மை அடையாது. அந்த முறைப்படி இளங்கோ அடிகள் இக்காவியத்தில் கற்பனைகளைப் புகுத்தியிருக்கிறார். உதாரணமாகச் சிலவற்றை எடுத்துக் காட்டுவோம்.

கோவலனை அநியாயமாகக் கொன்ற காரணத்துக்காக மதுரை மக்கள் சீற்றங்கொண்டு அரசனுடைய அரண்மனையைக்

கொளுத்தினார்கள் என்பதே உண்மை நிகழ்ச்சி. இந்நிகழ்ச்சியை உள்ளது உள்ளபடியே கூறாமல் கற்பனைகளைப் புனைந்து வியப்புச் சுவை புலப்படும்படி எழுதுகிறார் இளங்கோ அடிகள். நகர் என்பதற்கு அரண்மனை என்றும் நகரம் என்றும் இரண்டு பொருள் உண்டாகையால் அவ்விரு பொருள்படும்படி இக் காவியத்தில் கூறுகிறார். அத்துடன் நிற்காமல், அக்கினிக் கடவுளே நேரில் வந்து கண்ணகியிடத்தில் 'எந்தெந்த இடங்களை எரிக்க வேண்டும்' என்று கேட்டதாகவும் இந்தந்த இடங்களை எரிக்க வேண்டும் என்று கண்ணகி கூறியதாகவும் கற்பிக்கிறார். உணர்ச்சி மிகுதியினால் ஆவேசங்கொண்ட நகர மக்கள் அரண்மனைக்குத் தீவைத்ததைக் கூறாமல், கண்ணகியார் தம் நகிலைப் பிய்த்து எறிந்து நகரத்தைத் தீயிட்டு எரித்ததாகவும் கற்பிக்கிறார்.

காவிரிப்பூம்பட்டினத்தில் இந்திர விழா நடக்கும் சிறப்பையும் அவ்விழாக் காலத்தில் மாதவி அரங்கம் ஏறி ஆடல் பாடல் நிகழ்த்திப் பதினோராடல்களை ஆடும் சிறப்பையும் கூற புகுந்தவர், விழாவையும், ஆடல்களையும் பார்ப்பதற்காக இமய மலைக்கு அப்பால் உள்ளே வடசேடியிலிருந்து விஞ்சையன் ஒருவன் தன் மனைவியுடன் ஆகாய வழியே பறந்து வந்து இக்காட்சிகளைக் கண்டான் என்றும் புனைந்து கற்பிக்கிறார்.

இறந்து கிடந்த கோவலனைக் கண்ணகியார் தழுவிப் புலம்பியழுதபோது கோவலன் உயிர்பெற்று அவர் கண்ணீரைத் துடைத்து 'இங்கே இரு' என்று கூறி விண்ணுலகம் போனான் என்றும்புனைந்து கற்பிக்கிறார். இதுபோன்று பல செய்திகளைக் கற்பனையாகக் கூறுகிறார்.

காவிய நூல் அழகும் சிறப்பும் பெறவேண்டுமானால் இத்தகைய புனைந்துரைகளும் கற்பனைகளும் மெய்ப்பாட்டுச் சுவைகளும் இடம்பெற வேண்டும் என்பது கவிமரபு. இந்த மரபுப் படியே இளங்கோ அடிகள் இடத்துக்கேற்றபடி கற்பனைகளைப் புனைந்து கற்பித்திருக்கிறார். இக்கற்பனைகளுக்கும் உண்மையான நிகழ்ச்சிகளுக்கும் யாதொரு தொடர்புகும் இல்லை. இதனை அறியும் அறிவில்லாதவர், காவியப் புலவனின் கற்பனைகளையும் உண்மை நிகழ்ச்சி என்று கருதிவிடுகின்றனர். ஆகவே, இந்நிகழ்ச்சி கட்டுக்கதை என்று கூறுகின்றனர்.

கோவலன் கொலை, கண்ணகியின் முடிவு, மாதரி தீயில் விழுந்து இறந்தது, கவுந்தியார் பட்டினி கிடந்து இறந்தது, மாசாத்துவான், மாநாய்கன், மாதவி முதலியோரின் துறவு, கண்ணகி கோவலரின் தாய்மார் தீரா மனக் கவலையினால் உயிர்விட்டது முதலிய எல்லாம் சேர்ந்து துன்பியலாக முடிகிற இந்த நிகழ்ச்சியை முழுதும் துன்பியலாகக்

காட்டாமல், கோவலன், பாண்டியன் இவர்கள் இறந்தமை மட்டுங் கூறி மற்ற அவலச் சுவைகளைக் குறிப்பாகக் கூறி, இடையிடையே இசை நிகழ்ச்சி, கூத்து நிகழ்ச்சிகளைப் புகுத்தி இக்காவியத்தை மிகச் சிறப்பாக முடித்திருக்கிறார் இளங்கோ அடிகள். இவர் சமண சமயத்தவராக இருந்தும், சமயக் காழ்ப்பு இல்லாமல், ஏனைய மதங்களைக் கூறுகிற இடத்தில் அந்த மதங்களைச் சிறப்பாகக் கூறுகிறார்.

மணிமேகலை

மதுரைக் கூலவாணிகன் சாத்தனார் இயற்றிய மணிமேகலைக் காவியத்தைப் பார்ப்போம். இந்தக் காவியத் தலைவி மணிமேகலை. கோவலன் காமக் கிழத்தியாகிய இசைக்கலை நாடகக் கலை களினால் புகழ் பெற்ற மாதவியின் மகள் இவள். மாதவி இசைக்கலை, நாட்டியக்கலை, பதினோராடல் முதலிய கலை களையெல்லாங் கற்றுச் சோழனுடைய அவையில் அரங்கேறித் ‘தலைக்கோலி’ என்னும் சிறப்புப் பட்டம் பெற்றவள். புகார் நகரத்துச் சீமானாகிய கோவலன் அவளுடைய கலைகளில் ஈடுபட்டுத் தன் மனைவியாகிய கண்ணகியையும்விட்டு இவளிடத் திலேயே தங்கிவிட்டான். இவர்களுக்குப் பிறந்த பெண் குழந்தை தான் மணிமேகலை. கோவலன் மாதவியரின் இன்பகரமான வாழ்க்கை பன்னிரண்டு யாண்டு இனிது கழிந்தது. குமாரி மணிமேகலை வளர்ந்து பன்னிரண்டு வயதடைந்தாள். அவளும் இசைக்கலை, நாட்டியக் கலைகளைப் பயனிற் அரங்கேறும் நிலையில் இருந்தாள். காவிரிப்பூம்பட்டினத்தில் ஆண்டுதோறும் நடந்த இந்திர விழாக் காலத்தில் மாதவி நகர அரங்க மேடையில் ஏறி நடன நாட்டியங்களையும் ஆடல் பாடல்களையும் நிகழ்த்துவது வழக்கம்.

பன்னிரண்டு ஆண்டுகளுக்குப் பிறகு ஊழ்வினைப் பயனாகக் கோவலன், மாதவியைப் பிரிந்து மதுரைக்குப் போய்க் கொலை யுண்டிறந்தான், அவன் இறந்ததைக் கேட்டு துன்பமடைந்தாள் மாதவி. தான் கணிகையர் குலத்தில் பிறந்தவளாக இருந்தும் கற்புடைய மங்கையாகவே அவள் இருந்தாள். கோவலன் இறந்த பிறகு, தான் பயின்றிருந்த நாடகக் கலையை நிறுத்திவிட்டு, பக்தி வாழ்க்கையில் ஈடுபட்டாள். அதுமட்டும் தன் மகளான மணிமேகலையையும் கணிகையர் வாழ்க்கையிலிருந்து விலக்கிக் குடும்ப வாழ்க்கையில் ஈடுபடுத்த உறுதிகொண்டாள். ஆனால், இதற்கு இடையூறாக இருந்தாள் இவளுடைய தாயாகிய சித்திராபதி.

மாதவியின் தாயாகிய சித்திராபதி, கணிகையர் வாழ்க்கையைப் பின்பற்றி நடக்க வேண்டும் என்னும் கருத்துடையவள். வண்டுகளும் வண்ணத்துப்பூச்சிகளும் பூக்களில் சென்று தேனை உறிஞ்சுவது

போல, கணிகையராகப் பிறந்தவர் செல்வர்களின் பொருளை உறிஞ்சி வாழ வேண்டும் என்னும் கொள்கையுடையவள். ஆகவே, சித்திராபதி தன் மகளான மாதவியை மீண்டும் கணிகையர் வாழ்க்கையில் புகுத்த வேண்டும் என்று முயற்சி செய்தாள். மேலும், தன் பேர்த்தியாகிய மணிமேகலையை நாடக அரங்கேற்றித் தலைக்கோலிப் பட்டம் பெறச் செய்து, பொருள் திரட்ட வேண்டும் என்னும் விருப்பம் உடையவளாக இருந்தாள்.

அந்த ஆண்டு (கோவலன் மதுரையில் கொலையுண்ட பிறகு அடுத்த ஆண்டு), வழக்கம்போலக் காவிரிப்பூம்பட்டினத்தில் இந்திர விழா நடந்தது. விழாக் காலத்தில் மாதவியின் ஆடல் பாடல்களை நிகழாமல் இந்திரவிழா சிறப்படைவதில்லை. வழக்கம் போல நகர மக்கள் மாதவியை நாடக மேடையில் எதிர்பார்த்தனர். ஆனால், மாதவியோ 'இனி மேடை ஏறுவதில்லை' என்று தீர்மானித்துவிட்டாள். தன் மகளான மணிமேகலையைக் கணிகையர் வாழ்க்கையில் புகுத்தாமல் அவளை நல்லவருக்கு மணஞ் செய்து கொடுத்துக் குடும்ப வாழ்க்கையில் ஈடுபடுத்தவும் உறுதிகொண்டாள். ஆகவே, மாதவி இந்திரவிழாவின்போது அரங்கத்துக்குப் போகாமல் இருந்துவிட்டாள்.

தாயாகிய சித்திராபதி, அரங்கம் ஏறி ஆடல் பாடல் நிகழ்த்தும்படி தன் மகளை வற்புறுத்தினாள். மாதவி போகவில்லை. சித்திராபதி மேலும் வற்புறுத்தவே, மாதவி தான் சித்திராபதியிடம் இருக்கும் வரையில் தன் எண்ணம் நிறைவேறாது என்று கருதித் தன் மகளான மணிமேகலையுடன் பௌத்தப் பள்ளிக்குப் போய்விட்டாள். பௌத்தப் பள்ளியில் இருந்த பிக்குகளின் தலைவரான பேர்பெற்ற அறவண அடிகள் இடஞ்சென்று தானும் தன் மகளும் நல்வாழ்க்கையில் ஈடுபடப் போவதைத் தெரிவித்துத் தங்களைப் பௌத்த மதத்தில் சேர்த்துக் கொள்ளும்படி வேண்டினாள். அறவண அடிகள் மாதவிக்கும் மணிமேகலைக்கும் திரிசரணம், பஞ்சசீலங்களைக் கொடுத்துப் பௌத்த மதத்தில் சேர்த்துக்கொண்டார். கடைசி முறையாகச் சித்திராபதி, வயந்த மாலை என்பவளை மாதவியிடம் அனுப்பி அரங்கமேடைக்கு வந்து ஆடல் நிகழ்த்துமாறு கேட்டாள். மாதவி கண்டிப்பாக மறுத்துவிட்டாள்.

மாதவி தன் கருத்துக்கு இணங்காமற்போகவே, சித்திராபதி தன் பேர்த்தியாகிய மணிமேகலையை எப்படியாவது தன் வசப்படுத்தி அவளைக் கணிகையர் வாழ்க்கையில் புகுத்த வேண்டும் என்று முயன்றாள். சோழ அரசன் மகனான உதய குமரன், மணிமேகலையின் மேல் காதல் கொண்டிருப்பதையறிந்து அவனிடஞ் சென்று மணிமேகலையைக் கைப்பற்றும்படி தூண்டினாள். ஒரு நாள் மாலை

வேளையில் மணிமேகலை, சுதமதி என்பவளுடன் உவவனம் என்னும் பூஞ்சோலைக்குப் போனாள். அவள் அங்குச் சென்றதை அறிந்த உதயகுமரன் தன் தேரை ஓட்டிக்கொண்டு அங்கே போனான் அவன் வந்ததைக் கண்ட மணிமேகலை அவன் தன்னைக் கைப்பற்ற வந்திருக்கிறான் என்பதை அறிந்து அத்தோட்டத்தில் இருந்த புத்தபாத பீடிகையுள்ள பளிங்கறை மண்டபத்தில் போய் ஒளிந்து கொண்டாள். உதயகுமரன், பௌத்தர்களுடைய இத்தோட்டத்தில் தான் ஒன்றுஞ் செய்யக்கூடாது என்று எண்ணி அங்கே நின்றிருந்த சுதமதியிடம் சென்று, 'மணிமேகலை கணிகைக் குலப் பெண்; அவள் பௌத்த மதத்தில் சேர்ந்தாலும் நான் அவளை விடப் போவதில்லை; அவள் பாட்டி சித்திராபதியின் மூலமாக நான் அவளை அடைவேன்' என்று சொல்லிப் போய்விட்டான்.

அவன் போன பிறகு வெளியே வந்த மணிமேகலையிடம் சுதமதி அவன் சொல்லியவற்றைக் கூறினாள். இளம் பெண்ணாகிய மணிமேகலை, தன் மனமும் அவனை நாடுகிறது என்று சுதமதிக்குச் சொன்னாள். ஆனால், உதயகுமரனுடைய எண்ணம் அவளை மணஞ் செய்து கொள்வது அன்று. அவளைக் காமக் கிழத்தியாக, ஒரு விளையாட்டுக் கருவியாகப் பயன்படுத்துவதே அவன் நோக்கம். மாதவியின் எண்ணமோ மணிமேகலையைக் கற்பொழுக்கமுள்ள குடும்ப வாழ்க்கையில் அமைக்க வேண்டும் என்பது. இதை மணிமேகலையும் நன்றாக அறிந்திருந்தாள்.

மணிமேகலையும் சுதமதியும் உவவனத் தோட்டத்தில் இதுபற்றி உரையாடிக் கொண்டிருந்தபோது அவ்விடம் வாசந்தவை என்னும் மூதாட்டி வந்தார். அவர் நகர மக்களின் நன்மதிப்பைப் பெற்றவர். அவர் மணிமேகலைத் தெய்வத்தின் அருள்பெற்றவர் என்று அவரை எல்லோரும் மதித்து அஞ்சிப் போற்றினர். வந்த அவ்வம்மையார் புத்த பாத பீடிகையை வணங்கிய பிறகு இவர்களை நோக்கி இங்கு ஏன் தனியே நிற்கிறீர்கள் என்று கேட்டார். அவர்கள் நடந்த செய்தியைச் சொல்லி, வெளியே போனால், உதயகுமரன் காத்திருந்து என்ன செய்வானோ என்று அஞ்சுகிறோம் என்று கூறினார்கள்.

அப்படியானால், தெருவழியே நீங்கள் போகவேண்டாம். இத்தோட்டத்தின் மேற்கேயுள்ள மதில் சுவர் பக்கமாகச் சென்றால் அங்கு ஒரு சிறு வாயில் உண்டு. அந்த வழியாகப் போய்ச் சேருங்கள் என்று கூறினாள். இதற்குள் இருள் வந்து விட்டது. ஆனால், நிலா வெளிச்சம் பால்போல் காய்ந்தது.

சுதமதி மூதாட்டியைக் கேட்டாள், ஊரார் சுடுகாட்டுக் கோட்டம் என்று கூறுகிறார்கள். நீங்கள் மட்டும் சக்கரவாளக் கோட்டம் என்று கூறுகிறீர்கள். இதன் காரணம் என்ன என்று. 'சரி, உட்காருங்கள்

சொல்லுகிறேன்' என்று அம்மையார் மணலில் அமர்ந்தார். மணிமேகலையும் சுதமதியும் அருகில் அமர்ந்து அவர் கூறுவதைக் கேட்டுக் கொண்டிருந்தனர். வாசந்தவை அம்மையார் சக்கரவாளக் கோட்டத்தைப் பற்றி நீண்டதோர் கதை கூறினார். அதைக் கேட்டுக் கொண்டிருந்த இரண்டு பெண்களும் அப்பூஞ்சோலைக் காற்றிலே நிலா வெளிச்சத்திலே உறங்கிவிட்டார்கள்.

நள்ளிரவில் சுதமதியை வாசந்தவை மூதாட்டி எழுப்பினார். கண்விழித்துப் பார்த்தபோது நள்ளிருளும் நிலா வெளிச்சமுமாக இருந்தது. அருகில் மணிமேகலை காணப்படவில்லை. அப்போது வாசந்தவை அம்மையார் சொன்னார்: 'மணிமேகலை, மணிமேகலா தெய்வத்தின் கட்டளைப்படி மணிபல்லவஞ் சென்றிருக்கிறாள்; ஏழு நாள் கழித்து அவள் திரும்பி வருவாள்; இச்செய்தியை அவள் தாயான மாதவிக்குச் சொல்; மணிமேகலை பழம் பிறப்புக்களை அறிந்துகொண்டு சுகமாகத் திரும்பி வருவாள்; நீ இப்போது நான் முன்பு கூறிய வழியே சக்கரவாளக் கோட்டம் போ; அங்கு உலகவறவியில் பெரியோர் பலர் இருக்கிறார்கள்; அங்குத் தங்கி விடிந்த பிறகு மாதவியிடம் போய் இச்செய்திகளைச் சொல்லு! நீ அஞ்சாதே, போ' என்று கூறினார். நம்பிக்கையுள்ள மூதாட்டி யார் கூறியபடியே சுதமதி தோட்டத்தின் மேற்குச் சுவரிலிருந்த வாயிலில் நுழைந்து சக்கரவாளக் கோட்டத்து உலகவறவிக்குப் போனாள்.

சுதமதியை அனுப்பிய பிறகு வாசந்தவையார் நேரே சோழ னுடைய அரண்மனைக்குச் சென்றார். அவர், அரண்மனையில் அரச குடும்பத்தாருக்கும் அரண்மனைச் சேவகருக்கும் நன்கு பழக்கம் உள்ளவர் ஆகையால், அந்நள்ளிரவில் யாதொரு தடையு மில்லாமல் உள்ளே நுழைந்தார். அரசகுமாரனான உதயகுமரன் ஆசனத்தில் அமர்ந்து தூக்கமில்லாமல் இருந்தான். விளக்குகள் மங்கலாக எரிந்துகொண்டிருந்தன. வாசந்தவை அம்மையாரைக் கண்டவுடன் அவன் திடுக்கிட்டு எழுந்து வணங்கினான். அம்மையார், அவன் மாதவி மகள் மணிமேகலைமேல் கொண்டுள்ள எண்ணத்தை விட்டுவிடும்படியும் அரசகுமரனாகிய அவனுக்கு அச்செயல் தகாதது என்றும் அவனுடைய அரச குலத்துக்கு ஏற்றபடி உயர்ந்த ஒழுக்கத்தை மேற்கொள்ள வேண்டும் என்றும் இது மணிமேகலா தெய்வத்தின் கட்டளை என்று கூறிப் போய்விட்டார்.

பொழுது விடிந்த பிறகு உலகவறவியில் இருந்த சுதமதி மாதவியிடஞ் சென்றாள். மணிமேகலையும் சுதமதியும் உவவனத் திலிருந்து திரும்பி வராதபடியால் மனங் கலங்கிக் கவலை யோடிருந்த மாதவியிடத்தில், பூந்தோட்டத்தில் நேர்ந்தவைகளைச் சொல்லி, வாசந்தவையம்மையார், மணிமேகலையைப் பற்றிக்

கூறிய செய்திகளையும் தெரிவித்தாள். மணிமேகலையின் பிரிவு அவளுக்கு மிக்க வருத்தத்தைத் தந்தது. ஆயினும் அவள் ஒருவாறு மனந்தேறினாள். வாசந்தவையார் நகர மக்களுக்கெல்லாம் தாய் போன்ற நல்லவர் ஆகையால் அவர் சம்பந்தப்பட்டுள்ள இச் செயலில் நன்மையைத் தவிர தீமை நேரிடாது என்னும் உறுதியான நம்பிக்கை மாதவியின் துயரத்தைப் போக்கியது.

மணிபல்லவத்திற்குக் கப்பலில் பௌத்தப் பிக்குணிகளால் அழைத்துப் போகப்பட்ட மணிமேகலை அங்கிருந்த புத்த பீடிகையைக் கண்டு வணங்கினாள். பௌத்த மதத்தில் முன்னையதைவிடத் திடமான நம்பிக்கையும் உறுதியுங்கொண்டாள். அங்குக் கிடைத்த அமுதசுரபி என்னும் அருமையான பாத்திரத்தைப் பெற்று அதனை எடுத்துக் கொண்டு மீண்டும் காவிரிப்பூம்பட்டினம் வந்து தன் அன்னையைக் கண்டு வணங்கித் தன் செய்திகளையெல்லாம் கூறினாள். பிறகு, மணிமேகலை தன் தாயுடனும் சுதமதியுடனும் அறவண அடிகள் இருந்த பௌத்தப் பள்ளிக்குச் சென்று அவரை வணங்கித் தான் மணிபல்லவஞ் சென்று பாதபீடிகையை வணங்கியதும் அங்கு அமுதசுரபி பாத்திரங் கிடைத்தும் ஆகிய செய்திகளைக் கூறினாள். அறவண அடிகள் அப்பாத்திரத்தின் பழைய செய்திகளைக் கூறி அப்பாத்திரத்தைக் கொண்டு நகரக் குடிமக்களிடத்தில் பிச்சை ஏற்று, ஏழை எளியவருக்கும் உணவு கொடுக்கும்படி ஆசி கூறினார். அதன்படியே மணிமேகலை பிச்சை ஏற்று வந்து உலகவறவி என்னும் இடத்தில் இருந்த குருடர், முடவர், வறுமையாளர் முதலியவருக்கும் உணவு கொடுத்து வந்தாள். இதனையறிந்த நகரத்தார் வியப்பும் மகிழ்ச்சியும் அடைந்தனர்.

காவிரிபூம்பட்டினத்தில் காயசண்டிகை என்னும் ஏழைப்பெண் ஒருத்தி நோயினால் வருந்திக் கொண்டு பிச்சை ஏற்றுப் பிழைத்து வந்தாள். அவள் வட நாட்டிலிருந்து வந்த பெண். அவளுடைய கணவன் எப்போதாவது ஆண்டுக்கொரு முறை காவிரிப்பூம் பட்டினம் வந்து அவளைப் பார்த்துவிட்டுப் போவான். காய சண்டிகை உருவத்திலும் உடல் அமைப்பிலும் மணிமேகலையைப் போலவே இருந்தாள். ஆனால், சற்றுக் கருநிறம் உடையவள். அக்காயசண்டிகை, மணிமேகலையிடம் நாள்தோறும் உணவு பெற்று அருந்திக் கொண்டிருந்தாள்.

சித்திராபதி தன் பேர்த்தி மணிமேகலை பௌத்தப் பள்ளி யில் ஏழை மக்களுக்கு உணவு கொடுத்து வருவதை அறிந்து, அவளை எப்படியாவது கணிகையர் தொழிலில் புகுத்த எண்ணி, அரண்மனைக்குச் சென்று உதயகுமரனைக் கண்டு, மணி மேகலையைத் தன்வசப்படுத்திக் கொள்ளும்படி தூண்டினாள்.

வாசந்தவை யம்மையார் அவனுக்கு அறிவுரை கூறியதிலிருந்து ஒருவாறு மணிமேகலையை மறந்திருந்த உதயகுமரனுக்குச் சித்திராபதி கூறியது ஊக்கம் அளித்தது. வாலிபனாகிய அவன் உள்ளம், மீண்டும் மணிமேகலையைப் பெற அவாவிற்று. அவன் ஒரு நாள் உலகவறவிக்குச் சென்று ஏழை மக்களுக்கு உணவு கொடுத்துக் கொண்டிருந்த மணிமேகலையிடஞ் சென்று அவளிடம் காதல் உரையாடினான். மணிமேகலை அவன் செயலைக் கண்டித்து அவனுக்கு அறவுரை கூறினாள். ஆனால், அவள் கூறிய அறவுரைகள் அவன் மனத்தில் ஏறவில்லை. அவன் அடிக்கடி அவளிடம் வரத்தலைப்பட்டான்.

மணிமேகலை உலகவறவியில் ஏழை எளியவருக்கு நாள் தோறும் உணவு கொடுத்து வருவதைச் சோழ அரசனான மாவண்கிள்ளி அறிந்தான். அவன் மணிமேகலையை யழைத்து அவள் செயலுக்கு மெச்சிப் புகழ்ந்து 'உனக்கு நாம் செய்ய வேண்டுவது என்ன?' என்று கேட்க, மணிமேகலை சிறைக் கோட்டக் கட்டிடத்தை அறக்கோட்டமாக்க வேண்டும் என்று கூறினாள். அரசன் அவள் சிறைக்கோட்டத்தை அவளுக்குக் கொடுத்தான். அவள் அதைப் பௌத்த மதத்தாரிடம் ஒப்படைத்து அங்கு ஏழைகளுக்கு இலவச மருத்துவச்சாலையை ஏற்படுத்தினாள். அம்மருத்துவச்சாலையில் மருத்துவம் அறிந்த புத்த பிக்ஷுக்கள் நோயாளிகளுக்கு இலவசமாக மருந்து கொடுத்து நோய் தீர்த்துக்கொண்டிருந்தனர்.

இளவரசனாகிய உதயகுமரன் அடிக்கடி தன்னிடம் வந்து உரையாடுவது மணிமேகலைக்கு மனத் துன்பத்தை உண்டாக்கியது. அவன் தன்னிடம் வருதைத் தடுக்க எண்ணி, தன் முகத்தைக் கருஞ்சாயம் பூசிக் காயசண்டிகைபோலக் காணப்பட்டாள். ஆனாலும், உதயகுமரன் ஒரு நாள் மாலையில் அவளிடம் வந்து உரையாடினான். அப்போது காயசண்டிகையின் கணவன், தன் மனைவியைக் காண வெளிநாட்டிலிருந்து வந்தவன், உலகவறவி யில் வந்தான். மணிமேகலையிடம் உதயகுமரன் உரையாடிக் கொண்டிருப்பதை அவன் கண்டான். மணிமேகலையைத் தன் மனைவியான காயசண்டிகை என்று அவன் கருதிக்கொண்டான். தான் வந்திருப்பதையும் கவனியாமல் தன் மனைவியான காயசண்டிகை யாரோ புதிய இளைஞனிடம் பேசிக் கொண்டிருக்கிறாள் என்று அவன் எண்ணினான். காயசண்டிகையும் மணிமேகலையும் ஒரே உருவமாக இருந்தபடியாலும் அவன் அவளைத் தன் மனைவியான காயசண்டிகை என்றே கருதிக் கொண்டான். தன் மனைவியின் செயலைப்பற்றி மனம் கொதித்தான். அவளுடைய காதலான அந்த வாலிபனை (அவன் அரசகுமாரன் என்பது அயல்நாட்டவனாகிய

அவனுக்குத் தெரியாது) எப்படியாவது கொன்றுவிடுவது என்று வைரங் கொண்டான். கடுஞ்சினத்தோடு அவன் அன்றிரவு உலகவறவியண்டைப் பதுங்கியிருந்தான்.

மணிமேகலை வழக்கம்போல் உலகவறவிக்கு அருகில் இருந்த சம்பாபதி கோவிலில் அன்றிரவு தங்கியிருந்தாள். ஊர் துஞ்சும் நள்ளிரவு. அப்போது ஓர் உருவம் இருட்டில் அங்கு வருவது தெரிந்தது. அவ்வுருவம் சம்பாபதிக் கோவிலில் நுழைந்தது. மங்கலாக எரிந்துகொண்டிருந்த கோவில் விளக்கு வெளிச்சத்தில் வந்த உருவம் உதயகுமரன் என்பது தெரிந்தது. அவன் அறியாமல் இருட்டில் வேறு ஓர் உருவம் அவனைப் பின் தொடர்ந்து வந்தது. பின் தொடர்ந்து வந்த உருவம் காயசண்டிகையின் கணவன். அவன் தன் கையிலிருந்த வாளை ஓங்கி உதயகுமரனை வெட்டி னான். ஓ என்ற கூச்சலுடன் உதயகுமரன் தரையில் விழுந்தான். வெட்டினவன் அவ்விடத்தைவிட்டு இருட்டில் மறைந்து போனான். மணிமேகலை, ஓ என்று எழுப்பிய கூச்சலைக் கேட்டுக் கோவிலிருந்து வெளிவந்தாள். அப்போது ஒரு குரல், கண்டிப்பான ஒலியில் ‘நில், போகாதே’ என்று கூறியது. அவள் அச்சத்தினாலும் மனக்குழப்பத்தினாலும் ஒன்றும் செய்ய முடியாமல் பேசவும் வாய்வராமல் நடுங்கினாள்.

பொழுது விடிந்தது. சம்பாபதியை வணங்குவதற்குக் காலையில் கோவிலுக்கு வந்தவர்கள் உதயகுமரன் இரத்த வெள்ளத்தில் விழுந்து இறந்துகிடப்பதையும் அருகில் இரத்தக் கறையுடன் வாள் கிடப்பதையும் கண்டார்கள். இச்செய்தி நகரம் முழுவதும் பரவியது. சம்பாபதி கோவில் பௌத்தக் கோவிலாகையால் பௌத்த பிக்ஷுக்கள் வந்து பார்த்து அரசனிடஞ் சென்று செய்தியைக் கூறினார்கள். உதயகுமரனை வெட்டியவன் யார் என்பது தெரியாமற் போனாலும் அரசகுமரன் செய்தது தகாத செயல் என்பது மட்டும் விளக்கமாகத் தெரிந்தது. அரசன், நடந்த நிகழ்ச்சியை ஆய்ந்தறிந்து, இறந்த மகனை அடக்கஞ் செய்யும் படியும், மணிமேகலைக்கு மக்கள் துன்பஞ் செய்யாதபடி அவளைக் காவலில் வைக்கவும் கட்டளையிட்டான்.

இராசமாதேவி தன் மகனான உதயகுமாரன் இறந்ததற்குக் காரணமாக இருந்தவள் மணிமேகலையே என்று கருதி அவளைப் பழிவாங்கவேண்டுமென்று எண்ணினாள். சில நாட்களுக்குப் பிறகு அரசி, மணிமேகலையைத் தன்னிடம் ஒப்பிக்கும்படி அரசனைக் கேட்டாள். அரசன் அவளை அரசியினிடம் அனுப்பினான். அரசி அவளிடம் அன்புள்ளவள் போல நடித்து அவளுக்குத் தீங்குகளைச் செய்தாள். ஆனால், மணிமேகலை, அரசி செய்த பெரிய தீங்கிலிருந்து தப்பினாள்.

மணிமேகலை, சோழமாதேவியின் பாதுகாப்பிலிருப்பதை யறிந்து பாட்டியாகிய சித்திராபதி அவளைத் தன்னிடம் மீட்டுக் கொள்ள எண்ணி மணிமேகலையைத் தன்னிடஞ் சேர்ப்பிக்கும்படி அரசியைக் கேட்டாள். இதனையறிந்த மாதவி திடுக்கிட்டு வருந்தினாள். தன் மகள் மணிமேகலை சித்திராபதியிடஞ் சென்றால் அவளை அவள் கணிகைத் தொழிலுக்குப் பழக்கி டுவாள்; ஆகவே அவளைச் சித்திராபதியிடஞ் செல்லாமல் மீட்டுக் கொள்ள வேண்டும்; அவளைச் மீட்டுக் கொடுப்பதற்கு அறவண அடிகள் ஒருவரால்தான் முடியும் என்று கருதிய மாதவி, சுதமதியுடன் அறவண அடிகளிடம் சென்று வணங்கிச் செய்தியைத் தெரிவித்தாள். உடனே அடிகள் புறப்பட்டு அரண்மனைக்கு வந்தார். இராசமாதேவியார் அடிகளை வணங்கி ஆசனத்தில் இருத்தினார்.

அறவண அடிகள், மணிமேகலையை மாதவியிடம் அனுப்பும்படி அரசியிடங் கூறினார். அப்பெரியவரின் வார்த்தையை மறுக்காமல் இராசமாதேவியார் அவ்விதமே அவளை மாதவியுடன் அனுப்பினார். அரசகுமரனின் கொலைக்குக் காரணமாக இருந்தவள் என்று மணிமேகலைமேல் நாட்டு மக்கள் பழிச்சொல் கூறினார்கள். ஆகவே, அவளை வெளியூருக்குச் சில காலம் அனுப்பிவைப்பதென்று தீர்மானித்து, பௌத்த மதம் பரவியிருந்த சாவகத்தீவுக்குப் போய்ச் சிலகாலம் இருந்து பிறகு திரும்பிவருமாறு ஏற்பாடு செய்து அவளைச் சாவகத்தீவுக்கு அனுப்பினார்கள். அக்காலத்தில் காவிரிப்பூம்பட்டினத்துக்கும் சாவகத்தீவுக்கும் கப்பல் வாணிகம் சிறப்பாக நடந்து கொண்டிருந்தது. தமிழ்நாட்டிலிருந்து வாணிகக் கப்பல்கள் அடிக்கடி சாவகநாடு சென்று வந்தன. அக்கப்பல்கள் ஒன்றில் மணிமேகலை சாவகம் சென்றாள்.

சில காலத்துக்குப் பிறகு காவிரிப்பூம்பட்டினத்தில் புயல் அடித்து அப்பட்டினம் வெள்ளத்தில் மூழ்கியது. கடல் கொந் தளிப்பும் காற்று மழையும் ஏற்பட்டுக் காவிரியாற்றில் வெள்ளம் புரண்டு வந்து நகரத்தில் புகுந்தது. நகர மக்கள் உயிர் தப்பி ஓடினார்கள். சோழ அரசன் குடும்பத்துடன் உறையூருக்குப் போய்விட்டான். அறவணவடிகளும் மாதவி, சுதமதி முதலியவர் களுடன் காஞ்சிபுரத்துக்குப் போய்விட்டார். நகர மக்கள் வெவ் வேறிடங்களுக்குப் போனார்கள்.

சாவகத்தீவுக்குப் போன மணிமேகலை அங்கு வீடுகள் தோறும் பிச்சை ஏற்று ஏழை எளியவர்களுக்கு உணவு கொடுத்துப் பௌத்த மதப் பிரச்சாரம் செய்துகொண்டிருந்தாள். சில காலங் கழித்து மணிமேகலை மீண்டும் காவிரிப்பூம்பட்டினத்துக்குத் திரும்பிவந்தாள். வரும் வழியில் கப்பல் மணிபல்லவத்தில் தங்கியது. அங்குக் காவிரிப்பூம்பட்டினம் வெள்ளத்தில் முழுகியதையும் அறவண

அடிகளும் மாதவியும் அந்நகரத்தை விட்டுப் போய் விட்டதையும் சேர நாட்டு வஞ்சிமா நகரத்தில் சேர அரசன் கண்ணகிக்குக் கோட்டம் அமைத்ததையும் கேள்விப்பட்டாள். ஆகவே, அவள் அங்கிருந்து வஞ்சிமா நகரஞ் சென்றாள்.

வஞ்சிமா நகரஞ் சென்று மணிமேகலை, கண்ணகியின் கோட்டத்துக்குச் சென்று வணங்கினாள். பிறகு கோவலன் தந்தையான மாசாத்துவான் பௌத்தப் பிக்குவாய் இருப்பதைத் தற்செயலாகக் கண்டு அவரை வணங்கினாள். அவர், அறவண அடிகளும் மாதவியும் காஞ்சீபுரத்தில் இருப்பதைக் கூறினார். மணிமேகலை வஞ்சிமா நகரத்தில் இருந்த பல சமயவாதிகளையும் கண்டு அவர்களிடம் அந்தந்தச் சமயங்களின் கொள்கைகளைக் கேட்டறிந்தாள். பிறகு, அங்கிருந்து காஞ்சீபுரம் வந்து அறவண அடிகளையும் மாதவியையும் வணங்கி, அவர்களுடன் தங்கியிருந்து சமய ஊழியமும் மக்களுக்குத் தொண்டும் செய்து கொண்டிருந்தாள். இதுதான் மணிமேகலையின் வரலாற்றுச் செய்தி.

மணிமேகலை (நூல்)

இந்த நிகழ்ச்சிகளைக் கொண்டு கூலவாணிகன் சாத்தனார் மணிமேகலை என்னும் காவியத்தை இயற்றினார். பௌத்த மதச் சார்பான இந்த நிகழ்ச்சிகள் பௌத்தராகிய இவருக்கு உகந்ததாக இருந்தன. ஆகவே, பௌத்த மதக் கொள்கைகளை இந்த வரலாற்று நிகழ்ச்சிகளுடன் இணைத்துப் பௌத்த மதக் கற்பனைகளையும் பொருத்திப் புகுத்தியிருக்கிறார். அதனோடு, பௌத்த மதப் பிரசாரத்துக்காகவும் இந்நூலைப் பயன்படுத்திக் கொண்டார். பௌத்த மதக் கொள்கைகளை அந்தந்த நாட்டுத் தாய்மொழியில் எல்லோருக்கும் விளங்கும்படி எளிதாகக் கூற வேண்டும் என்பது மக்கள் பகவன் புத்தருடைய கட்டளை. பௌத்த மதத்தார் இக்கட்டளையைப் பொன் போலப் போற்றினார்கள். இந்தக் கட்டளையைப் பின்பற்றித்தான் சாத்தனாரும் இக்காவியத்தை எளிய நடையில் எல்லோருக்கும் விளங்கும்படியாகவும் அதே சமயத்தில் மதப் பிரசாரத்தின் பொருட்டும் இயற்றினார்.

சிலப்பதிகாரத்தை இயற்றிய இளங்கோவடிகள் அக்காவியத்தைக் கலைக்காகவே, கலைஞருக்காகவே இயற்றினார். மணிமேகலையை இயற்றிய சாத்தனார் இக்காவியத்தைப் பௌத்த மதப் பிரசாரத்துக் காகவே இயற்றினார். இவைதான் சிலப்பதிகாரத்துக்கும் மணி மேகலைக்கும் உள்ள வேறுபாடுகள்.

மேலும், சாத்தனார் தமிழ் மொழியை மட்டுங் கற்றவரல்லர். அக்காலத்து பௌத்த மத வழக்கப்படி பௌத்த மதத்தின் 'தெய்வ மொழி'யாகிய பாலி மொழியை நன்கு கற்றவர். வட மொழியையும்

அறிந்தவர். பௌத்த மதத்தை மேற்கொண்டிருந்தவர். இந்தச் சூழ்நிலைகள் எல்லாம் இவர் இயற்றிய மணிமேகலையில் இடம் பெற்றுள்ளன. பாலி, வடமொழிகளைக் கற்றிருந்த படியால், பிராகிருத மொழிச் சொற்களையும் வடமொழிச் சொற்களையும் பௌத்த மதச் சம்பிரதாயச் சொற்களையும் அவர் இந்நூலில் வழங்கும்படி செய்துவிட்டார். அதே சமயத்தில் பிரச்சார நோக்கத்தோடு பண்டித நடையை மேற்கொள்ளாமல் எளிய நடையைக் கையாண்டார்.

இளங்கோ அடிகளும் தாம் மேற்கொண்ட சமண சமயத்துக்கு ஏற்ப பிராகிருத பாஷையையும் வட மொழியையும் கற்றவராக இருந்தும், கலையின் பொருட்டே சிலப்பதிகாரக் காவியத்தை இயற்றியபடியால், அவருடைய நூலில் அதிகமாகப் பிராகிருத, வடமொழிச் சொற்கள் காணப்படவில்லை. ஆனால், அக்காலத்து ஏனைய தமிழ் நூல்களைவிட இவர் நூலில் அதிக பிராகிருத, வடமொழிச் சொற்கள் அமைந்து இருக்கின்றன.

பௌத்த மதப் பிக்குகளும் சமண சமயத் துறவிகளும் தங்கள் தவ வலிமையினால் சித்தி (ரித்தி) பெற்று, தாங்கள் நினைக்கிற இடங்களுக்கு ஆகாய வழியாகப் பறந்து போனதாக அந்த மத நூல்கள் கூறுகின்றன. இது அந்த மதங்களின் நம்பிக்கைகளில் ஒன்று. பௌத்த மத, சமண மத நூல்களில் இவைகளைக் காணலாம். இந்தக் கருத்தைச் சமண, பௌத்த சமயத்தவராகிய இளங்கோ அடிகளும் சாத்தனாரும் தங்கள் காவியங்களில் புகுத்தியிருக்கிறார்கள். சமண முனிவராகிய சாரணர்களும் பௌத்தத் துறவிகளாகிய தேரர்களும் ஆகாய வழியில் பறந்து போனார்கள் என்று இவர்கள் கூறியிருக்கிறார்கள். மேலும், மறுபிறப்பைப் பற்றிப் பௌத்தர்களும் சமணர்களும் அதிக ஆழ்ந்த நம்பிக்கையுள்ளவர்கள். அவர்களின் சமய நூல்களில் மறுபிறப்புக் கதைகளை அதிகமாகக் காணலாம். ஆகவே, சாத்தனாரும் இளங்கோ அடிகளும் தங்கள் நூல்களில் மறுபிறப்பைப் பற்றி அதிகமாகக் கூறியுள்ளனர். மணிமேகலா தெய்வத்தின் வரம் பெற்று ஆகாய வழியே பறந்து சென்றாள் என்றும் விரும்பியபடி எல்லாம் உருவத்தை மாற்றிக் கொண்டாள் என்றும் கற்பித்திருக்கிறார். அமுதசுரபி பாத்திரம், எடுக்க எடுக்கக் குறையாமல் உணவைத் தானாகவே சுரந்து கொண்டிருந்தது என்றும், தூண்களில் இருந்த பாவைகள் பேசின என்றும், மணிமேகலா தெய்வத்தின் சாபத்தினால் காவிரிப்பூம்பட்டினம் வெள்ளத்தினால் அழிந்தது என்றும் பல கற்பனைகள் இக் காவியத்தில் இடம் பெற்றுள்ளன. காவிய நூலுக்குக் கற்பனைகள் அவசியம் தேவை. கற்பனைகளும் உவமைகளும் இல்லாத காவியம் சுவைபடாது. வியப்புச் சுவைக்காகக் கற்பனைகள் காவிய நூல்களுக்குத் தேவை. ஆகவே, காவிய நூல்களை இயற்றிய சாத்தனாரும் இளங்கோ அடிகளும் தங்கள் காவியங்களில்

கற்பனைகளைப் புகுத்தியுள்ளனர். சரித்திர ஆராய்ச்சிக்காரர் கற்பனையை ஒதுக்கிவிட்டுச் சரித்திர நிகழ்ச்சிகளை மட்டும் கொள்ள வேண்டும். அமாநுஷிகமான நம்பத்தகாதவை என்ற அடியோடு ஒதுக்கித் தள்ளுவது கூடாது.

அசோகச் சக்கரவர்த்தி காலத்தில், அவருடைய உறவினரான மகேந்திரர் பௌத்த மதத்தை இலங்கையில் பிரசாரஞ் செய்வதற் காக அனுப்பப்பட்டார். அவர் இலங்கைக்குச் சென்று அங்குப் பௌத்த மதத்தை நிறுவினார். வடஇந்தியாவிலிருந்து மகேந்திரர் இலங்கைக்குச் சென்றது கடலில் கப்பல் வழியாகத்தான். ஆனால், இந்தச் செய்தியைக் கூறுகிற மகாவம்சம் என்னும் பௌத்த மத நூல், மகேந்திரர் ஆகாய வழியாகப் பறந்து இலங்கைக்கு வந்தார் என்று கூறுகிறது. 'இது அமானுஷிகச் செயல்; இதை ஒப்புக்கொள்ள முடியாது; மகேந்திரர் என்று ஒரு ஆள் இருந்தது பொய்' என்று சரித்திரக்காரர் யாவரும் இவரை ஒதுக்கிவிட வில்லை. மகேந்திரர் இலங்கைக்குச் சென்று அங்குப் பௌத்த மதத்தைப் பரப்பினார் என்றுதான் சரித்திரம் எழுதியிருக் கிறார்கள். சரித்திரப் பேராசிரியர் நீலகண்ட சாஸ்திரியும் பி.டி. சீனிவாச ஐயங்காரும் வையாபுரிப் பிள்ளையும் போன்ற சரித்திர ஆசிரியரும் ஆராய்ச்சிக்காரரும் இதைச் சரித்திர உண்மை என்று தான் ஒப்புக் கொண்டிருக்கிறார்கள். ஆனால், இவர்களே தமிழ் நூல்களை ஆராயும்போது, கற்பனைகளை நீக்கி வரலாற்றை மட்டுங் கொள்ளாமல் மணிமேகலையும் சிலப்பதிகாரமும் கட்டுக்கதைகள் என்று கூறுகிறார்கள். பாரத, இராமாயணக் கதைகளைக் கட்டுக்கதை என்று ஒதுக்காமல் சரித்திரங்கள் என்று கொள்ளுகிற இந்த அறிஞர்கள், இந்தத் தமிழ் நூல்களை மட்டும் கட்டுக்கதைகள் என்று ஒதுக்கியிருக்கிறார்கள். ஏன் மற்ற நூல் களுக்கு ஒரு நீதியும் தமிழ் நூல்களுக்கு ஒரு அநீதியும் செய்கிறார்கள் என்பது தெரியவில்லை. சரித்திரக்காரர்களுக்கும் ஆராய்ச்சிக்காரருக்கும் துவேஷபத்தியும் விருப்பு வெறுப்பு இருக்கக்கூடாது.

சிலப்பதிகாரமும் மணிமேகலையும், அவற்றிலுள்ள கற்பனைக் களைந்துவிட்டால், அவற்றில் கூறப்படும் நிகழ்ச்சிகள் உண்மையில் நிகழ்ந்த நிகழ்ச்சிகளே என்பது விளங்கும். சங்க காலத்துச் சமுதாய நிலை, அக்காலத்துப் பழக்க வழக்கங்கள், அரசியல் நிலை, கலை பண்பாடு முதலியவைகளை ஆராய்வதற்கு மணிமேகலையும் சிலப்பதிகாரமும் பெருந்துணையாக இருக்கின்றன. கற்பனைகளையும் உவமைகளையும் களைந்து சரித்திர நிகழ்ச்சிகளை மற்றச் சான்றுகளோடு ஒத்திட்டுப் பார்த்து, ஏற்கத்தக்கவைகளை ஏற்றுக்கொள்ள வேண்டும், கட்டுக்கதை என்று அடியோடு ஒதுக்குவது கூடாது. மற்றக் காவிய நூல் களிலுள்ள சரித்திரங்களை

எவ்வாறு பயன்படுத்திக்கொள்கி றோமோ அவ்வாறே இந்தக் காவியங்களையும் சரித்திர ஆராய்ச்சிக்குப் பயன்படுத்திக் கொள்ள வேண்டும்.

சாத்தனார் காலம்

மணிமேகலை காவியத்தில் அதிக வடசொற்கள் ஆளப் பட்டிருப்பதைக் கொண்டு அந்நூலை இயற்றிய சாத்தனார் சங்க காலத்தில் இருந்தவர் அல்லர் என்றும் அவர் மிகப் பிற்காலத்தில் இருந்தவர் என்றும் ஆராய்ச்சிக்காரர்கள் கூறுகிறார்கள். திரு. சிவராச பிள்ளை, வையாபுரிபிள்ளை, மு. இராகவையங்கார், பி.டி. சீநிவாச ஐயங்கார் போன்றவர்கள் இந்தக் கூட்டத்தைச் சேர்ந்தவர்கள். சரியானபடி விஷயத்தை உணர்ந்துகொள்ளாமலே வெறும் சொல்லை மட்டும் ஆதாரமாகக் கொண்டு முற்காலம், பிற்காலம் என்று வரையறுப்பது சரியான ஆராய்ச்சி ஆகாது. (சொல் ஆராய்ச்சி ஓரளவுதான் பயன்படும்). வேறு சான்றுகள் இருக்கும்போது அவைகளையெல்லாம் பயன்படுத்தாமல், வெறும் சொல்லைக் காட்டிக் காலங்கணிப்பது தவறான முடிவுக்குக் கொண்டு போய்விடும். இதற்குக் சான்றாக ஒன்றைக் காட்டு வோம்.

அரசர் போர்க்களத்தில் போய்ப் போர் செய்து மார்பில் புண்தழும்பு (விழுப்புண்) படாமல் இறந்து போவார்களானால், அவர்களை அடக்கஞ் செய்வதற்கு முன்பு, தருப்பைப்புல்லில் கிடத்திப் பிராமணர் கத்தியால் மார்பில் வெட்டிப் புண் உண்டாக்கிப் பிறகு அடக்கம் செய்யும் வழக்கம் சங்க காலத்தில் இருந்தது. இந்த வழக்கத்தைச் சங்க காலத்தில் இருந்த ஔவை யாரும் அவர் காலத்திலிருந்த கூலவாணிகன் சாத்தனாரும் கூறியுள்ளனர்.

அதிகமான் நெடுமான் அஞ்சியின் தகடூரின்மேல் பெருஞ் சேரலாதன் படையெடுத்து வந்து போர் செய்தான். அந்தப் போரில் நெடுமான் அஞ்சி மார்பில் புண்பட்டான். அதனைக் கண்ட ஔவையார், அவன் விழுப்புண் பட்டதைச் சிறப்பித்துப் பாடினார் (புறம் 93). அந்த பாட்டில், விழுப்புண் பெறாமல் இறந்தவர் தருப்பையில் கிடத்தி மார்பை வெட்டப்படுவர் என்பதைக் குறிப்பிடுகிறார்.

அறம்புரி கொள்கை நான்மறை முதல்வர்
திறம்புரி பசுமபுற் பரப்பினர் கிடப்பி
மறங்கந் தாக நல்லமர் வீழ்ந்த
நீள்கழல் மறவர் செல்வழிச் செல்கென
வாள் போழ்ந் தடக்கலும் உய்ந்தனர் மாதோ (புறம் 93 : 7-11)

என்று அவர் கூறியுள்ளார்.

இதே செய்தியைக் கூலவாணிகன் சாத்தனாரும் தமது மணிமேகலை நூலில் கூறுகிறார். மணிமேகலை சிறை விடுகாதையில்,

கொற்றங் கொண்டு குடிபுறங் காத்துச்
செற்ற தெவ்வர் தேஎந்தம தாக்கியும்
தருப்பையிற் கிடத்தி வாளிற் போழ்ந்து
செருப்புகல் மன்னர் செல்வுழிச் செல்கென
மூத்து விளிதல்இக் குடிப்பிறந் தோர்க்கு
நாப்புடை பெயராது தாணுத்தக வுடைத்தே

(மணி. 23 : 11-16)

இச்செய்யுள்களில் ஔவையார் தர்ப்பைப்புல்லைப் பசும்புல் என்றும் சாத்தனார் தருப்பை என்றும் கூறியுள்ளனர். இதைச் சுட்டிக்காட்டி திரு. பி.டி.சீநிவாச அய்யங்கார், புல் என்னுஞ் சொல்லையாளும் ஔவையார் காலத்தினால் முந்தியவர் என்றும் தருப்பை என்னும் வடமொழிச் சொல்லை யாளுகிற சாத்தனார் காலத்தினால் பிற்பட்டவர் என்றும் தாம் எழுதிய தமிழர் சரித்திரத்தில் கூறியிருக்கிறார். (P.T. Srinivasa Iyengar, History of the Tamils, 1929, pp. 480-481) மேற்போக்காகப் பார்க்கிறவர்களுக்கு இது உண்மை போலத் தோன்றும். ஆனால், இது உண்மைக்கு மாறான தவறுள்ள முடிவு. வெறுஞ் சொல்லை மட்டும் ஆராய்ந்து முடிவு கட்டுவது, வழுக்கு நிலத்தில் சருக்கி விழுவது போன்ற ஆபத்தானதாகும்.

முறைப்படி நேர்மையாக ஆராய்ந்து பார்த்தால், ஔவை யாரும் சாத்தனாரும் சம காலத்தில், சங்க காலத்தில் வாழ்ந்திருந்தவர் என்பது தெரிகிறது. ஔவையார், தகடூர், அரசன் அதிகமான் நெடுமான் அஞ்சியால் ஆதரிக்கப் பெற்றவர். தகடூரின் மேல் பெருஞ்சேரலிரும்பொறை படையெடுத்து வந்தபோது அப்போரில் நெடுமான் அஞ்சி புண்பட்டதை நேரில் கண்டு பாடினவர்.

தகடூர்ப் போர் செய்த பெருஞ்சேரலிரும்பொறை, சேரன் செங்குட்டுவனுடைய தாயாதியண்ணன், செங்குட்டுவனுக்கும் அவன் தம்பியாகிய இளங்கோவடிகளுக்கும் சாத்தனார் நெருங்கிய நண்பர். எனவே, ஔவையாரும் சாத்தனாரும் இளங்கோவடிகளும் செங்குட்டுவனும் தகடூர் எறிந்த பெருஞ் சேரலிரும் பொறையும் அதிகமான் நெடுமான் அஞ்சியும் சமகாலத்தில் இருந்தவர் என்பது தெளிவான ஆராய்ச்சி காட்டும் முடிவு. ஆனால், பி.டி.சீநிவாக ஐயங்கார் தருப்பை, புல் என்னும் சொல்லாராய்ச்சியில் புகுந்து சருக்கி விழுந்து இரு புலவரும் (ஔவையாரும் சாத்தனாரும்) வெவ்வேறு காலத்திலிருந்தவர் என்று முடிவு கட்டுகிறார். சொல்லாராய்ச்சி எவ்வளவு ஆபத் தானது பாருங்கள்.

நம்முடைய கண்ணெதிரிலே இக்காலத்தில் சிலர் திங்கள் என்னும் சொல்லையும் சிலர் மாதம் என்னும் சொல்லையும் வழங்கி வருவதைப் பார்க்கிறோம். இவ்வாறு வழங்கும் இச் சொற்களை எடுத்துக்கொண்டு காலத்தை ஆராய்ந்து பார்த்தால், சீநிவாச அய்யங்காரின் ஆராய்ச்சிப்படி, திங்கள் என்னும் சொல்லை வழங்குகின்றவர் முற்காலத்தில் இருந்தவர் என்றும் மாதம் என்னும் சொல்லை வழங்குகிறவர் பிற்காலத்தில் இருந்தவர் என்றும் முடிவு கட்ட வேண்டும். அப்படிக் கூறுவது, அய்யங்கார் வழுக்கி விழுந்தது போன்ற தவறான முடிவாகும். ஏனென்றால், இச்சொற்களையெல்லாம் வழங்குகிறவர்கள் நம் காலத்தில் வாழ்கிறவர்களே.

சமீபகாலத்தில் இருந்த மறைமலை அடிகளும் வடுவூர் துரைசாமி அய்யங்காரும் சம காலத்தில் இருந்தவர்கள் என்பதை நாம் அறிவோம். அவர்களுடைய நூல் நடையைக் கொண்டு அவர்கள் காலத்தை, சீநிவாச அய்யங்கார் ஆராய்ச்சியைப் பின்பற்றி ஆராய்ந்து மறைமலையடிகள் சில நூற்றாண்டுகளுக்கு முன் இருந்தவர், துரைசாமி அய்யங்கார் சில நூற்றாண்டுகளுக்குப் பின் இருந்தவர் என்று முடிவு கட்டினால் அது உண்மைக்கு மாறுபட்ட தவறான முடிவாகும் அல்லவா?

சீநிவாச அய்யங்காரின் இத்தகைய சொல்லாராய்ச்சி ஏற்கத்தக்கதன்று. காலத்தை ஆராய்வதற்கு வேறு நல்ல சான்றுகளைக் கைக்கொண்டு ஆராயாமல், வழுக்கி விழச் செய்கிற சொல்லாராய்ச்சியைக் கொள்வது இவ்வாறு பிழைபட்ட முடிவுக்குத்தான் கொண்டுபோய்விடும். வையாபுரிப்பிள்ளை போன்ற வேறு சில ஆராய்ச்சிக்காரர்களும் நல்ல சான்றுகளை விட்டுவிட்டுச் சொற்களை மட்டும் ஆராய்ந்து இலக்கியக் காலத்தைத் தவறாக முடிவு கட்டியுள்ளனர்.

ஒளவையாரும் சாத்தனாரும் புல், தருப்பை என்னும் சொற்களைக் கையாண்டதற்கு வேறு தக்க காரணம் உண்டு. அதுவென்னவெற்றால், ஒளவையார் தமிழை மட்டும் கற்றுத் தமிழ் மரபு வழுவாமல் நூல் இயற்றியவர். சாத்தனாரோ, பௌத்த மதத்தைத் தழுவிய தமிழர். அவர் தமிழுடன், அக்காலத்துப் பௌத்தரின் வழக்கப்படி பாலி மொழியையும் அதனுடன் சமஸ்கிருத மொழியையும் கற்றவர். அன்றியும், பழைய முறையைக் கடந்து தமிழ் இலக்கியத்தில் காவியம் இயற்றும் புதிய மரபை யுண்டாக்கியவர் (இவர் காலத்திலேயே இவருடைய நண்பரான இளங்கோவடிகள் சிலப்பதிகாரக் காவியத்தை இயற்றினார்.) தமிழில் காவியம் இல்லாத காலத்தில், முதன் முதலாகச் சாத்தனாரே மணிமேகலைக் காவியத்தை இயற்றினார். வெறுங் காவியத்தை மட்டும் இயற்றுவது சாத்தனாரின்

நோக்கம் அன்று. அதில் பௌத்த மதப் பிரசாரத்தையும் கருதி எல்லோருக்கும் விளங்க வேண்டுமென்னும் நோக்கத்தோடு எளிய நடையிலும் மணிமேகலையை இயற்றினார்.

புல், தருப்பை என்னும் சொற்களை ஔவையாரும் சாத்தனாரும் கையாண்டதன் உண்மை இதுவாகும். புல் என்பதைவிட தருப்பை என்று கூறினால் எளிதில் கருதப்பட்ட பொருள் இனிது விளங்கும். சீநிவாச அய்யங்கார் கூறுவது போல முற்காலம், பிற்காலம் என்னும் வேறுபாட்டினால் அன்று. எனவே, ஔவையாரைப் போலவே, மணிமேகலையை இயற்றிய சாத்தனாரும் சங்க காலத்தில் இருந்தவரே.

வடமொழிக் கலப்பு

சிலப்பதிகாரத்திலும் மணிமேகலையிலும் வடமொழிச் சொற்கள் கலந்திருப்பதை எடுத்துக்காட்டி இவ்விரு காவியங் களும் சங்க காலத்துக் காவியங்கள் அல்ல, பிற்காலத்தவை என்று வையாபுரிபிள்ளை, நீலகண்ட, சாஸ்திரி போன்ற சிலர் கூறுகின்றனர். இவர்கள் கூறுவது மேற்பார்வைக்கு உண்மை போலத் தோன்றுகிறது. அகநானூறு, நற்றிணை நானூறு, குறுந்தொகை நானூறு, ஐங்குறுநூறு, பதிற்றுப்பத்து முதலிய சங்க இலக்கியங்களுக்கும் மணிமேகலை, சிலப்பதிகார நூல்களுக்கும் மொழிநடையில் அதிக வேற்றுமை காணப்படுகின்றன என்பதும் மணிமேகலை, சிலப்பதிகாரக் காவியங்களில் பிராகிருதச் சொற்களும் வடமொழிச் சொற்களும் அதிகமாகக் காணப்படுகின்றன என்பதும் உண்மை தான். இக்காரணம் பற்றி இவர்கள் கூறுவதுபோல, இந்நூல்கள் பிற்கால நூல்கள் என்று ஒப்புக் கொள்ள முடியுமா?

சொற்களை மட்டுங் கொண்டு ஆராய்ந்து காலங் கணிப்பது வழுக்கு நிலத்தில் போய்ச் சருக்கி விழுவதற்குச் சமானமாகும் என்று முன்னமே கூறினோம். சரித்திரத்தைத் துணையாகக் கொண்டு ஆராய்ந்து பார்த்தால், வையாபுரியார்களின் முடிவுகள் பெருந்தவறுடையன என்பது தெரியும்.

கடைச்சங்க காலத்திலே பௌத்த மதமும் ஜைன (சமண) மதமும் தமிழ்நாட்டுக்கு வந்துவிட்டன. கி.மு. மூன்றாம் நூற்றாண்டில் இருந்த அசோகச் சக்கரவர்த்தியின் சாசனங்களில் இரண்டு சாசனங்கள், அவர் காலத்தில் பௌத்த மதத்துப் பிக்குகள், தமிழ்நாட்டுக்கு வந்ததைத் திட்டமாகக் கூறுகின்றன. அசோகச் சக்கரவர்த்தியுடைய பாட்டனான சந்திரகுப்த மௌரியன் காலத்தில் சமண மதத் (ஜைன மதத்) துறவிகள் தமிழ்நாட்டுக்கு வந்த செய்தியையும் சரித்திரத்தினால் அறிகிறோம். இந்த வரலாற்று உண்மையில் சிறிதும் ஐயமில்லை.

கடைச்சங்க காலம் கி.பி. மூன்றாம் நூற்றாண்டோடு முடிவடைகிறது என்று பொதுவாகக் கருதப்படுகிறது. அசோகச் சக்கரவர்த்தி காலமாகிய கி.மு. 3ஆம் நூற்றாண்டு முதல் கடைச் சங்க இறுதிக் காலமாகிய கி.பி. 3ஆம் நூற்றாண்டு வரையில், அதாவது ஏறத்தாழ 500 ஆண்டுக்காலம், சங்ககாலத் தமிழகத்தில் பௌத்த, ஜைன மதங்கள் வாழ்ந்திருக்கின்றன. அந்த 500 ஆண்டு களாக அந்த மதத்தவர் தங்கள் மதக் கொள்கைகளை மக்களுக்குப் போதித்துக் கொண்டுதான் இருந்திருப்பார்கள். அத்தனை நூற்றாண்டுக் காலம் அவர்கள் வாளா இருந்திருக்க மாட்டார்கள். ஏனென்றால், பௌத்தப் பிக்குகளும் சமணத் துறவிகளும் தங்கள் தங்கள் மதக் கொள்கைகளை நாடெங்கும் பரவச் செய்வதிலேயே கண்ணுங்கருத்துமாக இருந்தவர்கள். ஆகவே, அவர்கள் தங்கள் மதக் கொள்கைகளைச் சங்க காலத் தமிழகத்தில் பிரசாரஞ் செய்து கொண்டுதான் இருந்தார்கள் என்பதில் ஐயமில்லை. வையாபுரியார் கருதுவதுபோல, அல்லது அவர் நம்மைக் கருதச் செய்வதுபோல, கி.மு. 3ஆம் நூற்றாண்டில் தமிழகத்துக்கு வந்த பௌத்த சமணர்கள் சங்க காலம் போகட்டும், பிறமொழிக் கலப்புக் காலம் வரட்டும் என்று வாளா இருந்திருக்க மாட்டார்கள். அவர்கள் வந்த காலம் முதற்கொண்டே தங்கள் மதப் பிரச்சார வேலையைத் தொடங்கினார்கள் என்பதில் சற்றும் ஐயமில்லை. அவ்வாறு மதப் பிரசாரம் செய்யப்பட்டபோது அவர்களுடைய தெய்வ பாஷையாகிய பாலி மொழியும் அர்த்தமாகதி (சூரசேனி) மொழியிலே ஜைன சமய நூல்களும் எழுதப்பட்டிருந்தபடியினாலே, அந்த மொழி நூல்களை ஆதாரமாகக் கொண்டு மத போதனை செய்தபோது, அம்மொழி, நாட்டு மொழியில் கலக்கத்தானே செய்யும்? அதைத் தடுக்க முடியுமா?

தமிழ்மொழி இன்றுள்ளதுபோலவே அன்றும் பேச்சு வழக்கில் இருந்த மொழி. பேச்சு வழக்கில் இருக்கும் மொழிகள், மதங்களின் தொடர்பினாலோ வாணிகத் தொடர்பினாலோ, பிற மொழியினருடன் பழகும்போது பிற மொழிச் சொற்கள், பேச்சு மொழியில் கலந்துவிடுவது இயற்கை. இந்த இயற்கையைத் தடுக்க முடியாது. ஆனால், கட்டுப்பாட்டுக்கு அடங்கி வரம்பு மீறாதபடி பார்த்துக் கொள்வது மொழிப் பற்றுள்ளவரின் கடமை. அதை அக்காலத்துத் தமிழர் செய்திருக்கிறார்கள். ஆனால், அடியோடு பிற மொழிச் சொற்களைக் கலக்காமல் இருக்கச் செய்ய முடியாது. பேச்சு வழக்கற்றுப்போன ஏட்டு மொழிகளிலேயும் பிற மொழிச் சொற்கலப்பு ஏற்படுகிறது என்றால், பேச்சு வழக்கில் உள்ள மொழிகளில் பிற மொழிச் சொற்கள் கலப்பதைத் தடுக்க இயலுமோ? ஆகவே, சங்க காலத் தமிழகத்திலேயும் பிற மொழிக் கலப்பு ஏற்பட்டுக் கொண்டிருந்தது. வையாபுரியார்கள் கூறுவது போலக் 'கலப்புக் காலம்'

வரட்டும். என்று காத்துக் கொண்டிருந்து, சிலநூற்றாண்டுகள் கழிந்த பிறகு பிற மொழிக் கலப்பு நுழையவில்லை.

ஆனால், மேலே கூறியபடி, சங்கத் தொகை நூற்செய்யுள் களில் பிற மொழிக் கலப்பு வெகு குறைவாகவும் மணிமேகலை, சிலப்பதிகாரக் காவியங்களில் கலப்பு அதிகமாகவும் இருப்பதைக் காண்கிறோம். தொகை நூல்களில் பிற மொழிச் சொற்கள் மிகக் குறைவாக இருப்பதன் காரணம் என்னவென்றால், அச்செய்யுட்கள் பிறமொழிச் சொற்கள் இல்லாமலே தாய்மொழியிலேயே கருத்துக்களைத் தெரிவிக்கும் விஷயங்களைக் கொண்டவை. மேலும், பிற மொழிகளைக் கற்காமல் தாய்மொழியை மட்டும் கற்றவர்களால் பாடப்பெற்றவை. மணிமேகலை, சிலப்பதிகார நூல்கள் அவ்வாறில்லாமல் பிற மதச் சார்புள்ள கருத்துக்களைக் கூறவேண்டியிருந்தபடியாலும் புதுமைக் கருத்துக்களைக் கூறவேண்டியிருந்தபடியாலும், இந்நூல்களில் பிராகிருத மொழிச் சொற்களும் வடமொழிச் சொற்களும் அதிகமாகக் காணப்படுகின்றன. இதுவே, வரலாற்று முறைப்படி நாம் அறியக் கிடக்கும் உண்மை.

எனவே, வையாபுரியார்கள் கூறுவதுபோல, சங்ககாலம் கழிந்து வேறு காலம் வந்தபிறகு இயற்றப்பட்ட நூல்கள் இவை என்று கருதுவது பெரிய தவறாகும். ஆகையால், சிலப்பதிகார, மணிமேகலை நூல்கள் கடைச்சங்க காலத்தின் இறுதியில் (கி.பி. இரண்டாம் நூற்றாண்டின் இறுதியில்), செங்குட்டுவன் காலத்தில் இயற்றப்பட்ட நூல்கள் என்பதில் சற்றும் ஐயமில்லை.

9. இலக்கிய நூல்கள்

சேரன் செங்குட்டுவன் வாழ்ந்திருந்த காலத்தில் தமிழிலக்கியத்தில் புதுவகையான நூல்கள் தோன்றின. சிறுசிறு குறும்பாடல்கள் பாடப்படுவது இவனுக்கு முன்பிருந்த வழக்கம். இவன் காலத்தில் சிறுசிறு பாடல்களும் அவற்றோடு நெடும் பாடல்களும் பாடப்பட்டன. சேர அரசர்கள்மீது பாடப்பட்ட பதிற்றுப்பத்து அக்காலத்தில் புதுமையானது. பதிற்றுப்பத்து, செங்குட்டுவனுடைய பாட்டன், தந்தை, சிறியதந்தை, தாயாதித் தந்தை, தமயன், தாயாதித்தமயன், தம்பியர் ஆகியவர்கள்மீது பாடப்பட்டது. 5-ஆம் பத்து இச்செங்குட்டுவன்மேல் பாடப்பட்டது. இது அக்காலத்தில் புதுவகையான இலக்கியப் படைப்பு. ஒவ்வொரு அரசன் மேலும் பத்துப்பத்துச் செய்யுளைக் கொண்ட புது இலக்கியம் இது.

செங்குட்டுவன் காலத்திலே நீண்ட செய்யுள்களும் புதுமை யாக இயற்றப்பட்டன. சோழன் கரிகால் வளவன் மீது பாடப்பட்ட பட்டினப்பாலையும் பொருநர் ஆற்றுப்படையும் தொண்டைமான் இளந்திரையன் மேல் பாடப்பட்ட பெரும்பாணாற்றுப்படையும், ஆரியவரசன் பிரகதத்தனுக்கு அகப்பொருள் அறிவித்ததற்காகப் பாடப்பட்ட குறிஞ்சிப் பாட்டும் செங்குட்டுவன் காலத்துப் புதுவகையான நெடும்பாடல்கள். (இவனுக்கு அடுத்த தலைமுறையில் பாடப்பட்டவை. சிறுபாணாற்றுப்படை, திருமுருகாற்றுப்படை, நெடுநல்வாடை, மதுரைக்காஞ்சி, மலை படுகடாம் (கூத்தராற்றுப் படை, முல்லைப்பாட்டு என்பவை).

இவற்றுக்கெல்லாம் மேலாக செங்குட்டுவன் காலத்தில் இயற்றப்பட்ட புதுமையான இலக்கியங்கள் இரண்டு. அவை, செங்குட்டுவனின் தம்பியரான இளங்கோஅடிகள் இயற்றிய சிலப்பதிகாரமும், இவனுடைய நண்பரான கூலவாணிகன் சாத்தனார் இயற்றிய மணிமேகலையும் ஆகும். இவ்விரண்டு காவியங்களைப் பற்றி வேறு இடத்தில் கூறியுள்ளோம். சிலப்பதி காரமும் மணிமேகலையும் இரட்டைக் காவியங்கள். இவ்விரண்டு காவியங்களும் தமிழ்நாட்டுக்கு மட்டும் அல்ல, இந்தியா தேசத்துக்கே சிறப்பான காவியங்கள் ஆகும். ஏனென்றால், இந்தியாவில் உள்ள எல்லா மொழிக் காவியங்களும் பாரத, இராமாயணக் கதைகளை

அடிப்படையாகக் கொண்டு எழுதப்பட்டவை. ஆனால், இவ்விரண்டு காவியங்களும் வரலாற்று நிகழ்ச்சியை அடிப்படையாகக் கொண்டு எழுதப்பட்ட காவியங்கள், இந்த வகையில் இந்தியாவிலுள்ள எல்லா மொழிக் காவியங்களுக்கும் முதலில் தோன்றிய காவியங்கள் இவை என்பதில் ஐயமில்லை. சங்க காலத்தில் பாரதம், இராமாயணம் ஆகிய நூல்களும் தமிழில் இயற்றப்பட்டிருந்தன என்று கூறப்படுகின்றன. அந்த பாரத, இராமாயண நூல்கள் இப்போது கிடைக்கவில்லை. அவைகளின் சில செய்யுள்கள் மட்டும் உரையாசிரியர்களால் மேற்கோள் காட்டப்பட்டுள்ளன. ஆனால், முழு உருவத்தில் இப்போது கிடைக்கிற பழைய காவிய நூல்கள் சிலப்பதிகாரமும் மணிமேகலையுமே. இந்த வகையில், சேரன் செங்குட்டுவனுடைய காலம் தமிழிலக்கியத்தின் பொற்காலம் என்று கூறலாம்.

10. வஞ்சிமாநகரம் (கருவூர்)

சேர நாட்டின் தலைநகரமாக இருந்தது வஞ்சிமாநகரம். அதற்குக் கருவூர் என்றும் வேறு பெயர் இருந்தது. கருவூர் வஞ்சி மாநகர் எங்கிருந்தது என்பது பற்றி இருவேறு கருத்துக்கள் ஏற்பட்டு அறிஞர்கள் பலரின் வாதப் பிரதிவாதங்களுக்குக் காரணமாயிற்று. சேர நாட்டின கடற்கரையோரத்தில் ஒரு வஞ்சிக் கருவூரும் கொங்கு நாட்டில் ஒரு வஞ்சிக் கருவூரும் இருந்தன. இந்த இரண்டு கருவூர்களில் எது சேரர்களின் தலைநகரமாயிருந்தது என்பது பற்றித்தான் மேலே கூறப்பட்ட விவாதங்கள் எழுந்தன. இது பற்றிப் பல கட்டுரைகளும் வெளிவந்துள்ளன. நானும் இது பற்றிச் சொந்த முறையில் ஆராய்ந்து பெரியாற்றங்கரையில் சேர நாட்டுக் கடற்கரை யோரத்தில் இருந்த வஞ்சிக்கருவூர்தான் சேர நாட்டின் பழைய தலைநகரம் என்னும் கருத்துள்ளவனாக இருந்தேன். ஆனால், அந்தக் கருத்தை உறுதிப்படுத்தாதபடி, டாலமி எனும் யவன ஆசிரியரின் குறிப்பு தடைசெய்து கொண்டிருந்தது. டாலமி தம்முடைய நூலிலே கரவர (Karoura), அதாவது கருவூர் உள் நாட்டிலிருந்த நகரம் என்று எழுதியிருக்கிறார். இந்தக் காரணத்தினால் என்னுடைய கருத்தை உறுதிப்படுத்த முடியாமல் ஐயங் கொண்டிருந்தேன். கொங்கு நாட்டு வஞ்சிமா நகரந்தான் சேரர்களுடைய தலைநகரம் என்று கூறுகிற, திரு. ரா. இராக வையங்காரின் வஞ்சிமாநகர் என்னும் நூலும், திரு. மு. இராகவையங்கார் எழுதிய சேரன் செங்குட்டுவன் என்னும் நூலும் வஞ்சிமாநகரத்தைப் பற்றித் தெளிவாகக் கூறாமல் குழப்பம் கொடுப்பதாக இருக்கின்றன. சங்க காலச் சேர மன்னர்களைப் பற்றி ஆராய்ந்தபோதுதான் வஞ்சிமா நகரத்தைப் பற்றிய உண்மையான கருத்து எனக்குப் புலனாயிற்று.

சங்க காலத்துச் சேரர் தலைநகரம் ஆதிகாலம் முதல் கடற்கரை யோரத்திலிருந்த வஞ்சிக்கருவூர்தான் என்பதில் ஐயமில்லை. ஆனால், சேர அரசர்கள், முக்கியமாக இமயவரம்பன் நெடுஞ்சேரலாதன், பல்யானைச் செல்கெழு குட்டுவன் ஆகிய அண்ணன் தம்பியரசர்கள் கொங்கு நாட்டின் தென்பகுதிகளைக் கைப்பற்றி அவற்றைச் சேர இராச்சியத்துடன் சேர்த்துக் கொண்டார்கள். சேர்த்துக்கொண்ட கொங்கு நாட்டுச் சேர அரச மரபில் ஒரு சேரன் ஆட்சிசெய்யத் தொடங்கினான். அவன் கொங்கு நாட்டில் தான் இருந்த ஊருக்குப்

பழைய தலைநகரத்தின் பெயராகிய வஞ்சி (கருவூர்) என்னும் பெயர் சூட்டினான். எனவே, பழைய, வஞ்சிமா நகரமும் புதிய வஞ்சிமா நகரமும் சேர அரசர்களுக்குத் தலைநகரங்களாகச் சங்க காலத்திலேயே அமைந்தன.

சேர மன்னன் செங்குட்டுவனை 5-ஆம் பத்துப் பாடிய பரணர் 10-ஆவது செய்யுளில்,

வளங்கெழு சிறப்பின் உலகம் புரைஇச்
செங்குணக் கொழுகும் கலுழி மலிர்நிறைக்
காவிரி யன்றியும் பூவிரி புனலொரு
மூன்றுடன் கூடிய கூடல் அனையை.

என்று புகழ்கிறார். இதில் கொங்கு நாட்டிலே பாய்கிற காவிரியாறும் அதனுடன் கலக்கிற ஆன்பொருநை, குடவனாறு ஆகிய மூன்று ஆறுகள் ஒன்று சேருகிற முக்கூடலுக்குச் செங்குட்டுவனை உவமை கூறுகிறார். இந்த மூன்று கூறுகளும் பாய்கிற இடம் சேரனுக்கு உரியதாக இருந்தபடியினாலே இந்த ஆறுகளை அவனுக்கு உவமை கூறினார் என்பது தெளிவு.

புறநானூறு 13-ஆம் செய்யுளை உறையூர் ஏணிச்சேரி முட மோசியார் பாடியிருக்கிறார். அச்செய்யுளின் அடிக்குறிப்பு, "சோழன் முடித்தலைக் கோப்பெருநற் கிள்ளி கருவூரிடஞ் செல்வானைக் கண்டு, சேரமான் அந்துவஞ் சேரல் இரும்பொறை யோடு வேண்மாடத்து மேலிருந்து பாடியது" என்று கூறுகிறது. இந்தக் கருவூர் கொங்கு நாட்டுக் கருவூர் என்பது திட்டமாகத் தெரிகின்றது.

ஏனென்றால், சோழன் முடித்தலைக் கோப்பெரு நற்கிள்ளி தன் யானை மேல் ஏறித் தன் சோழ நாட்டு எல்லைக் கருகில் வந்தபோது, அவன் ஏறியிருந்த யானை கருவூரில் போனதை இச்செய்யுள் கூறுகிறது. ஆகவே, சோழ நாட்டுக்கு அருகில் இருந்த கருவூர், கொங்கு நாட்டுக் கருவூர் என்பதில் ஐயமில்லை. இக்கருவூரில் வேண்மாடம் என்னும் அரண்மனையில் சேரமான் அந்துவஞ்சேரல் இரும்பொறை இருந்தான் என்பதனால், இக்கொங்கு நாட்டுக் கருவூரில் இருந்துகொண்டு சேர அரசர்களின் ஒரு கிளையினராகிய இரும்பொறையரசர் ஆட்சி செய்தார்கள் என்பது தெரிகின்றது.

இந்த அந்துவஞ்சேரல் இரும்பொறை, செங்குட்டுவனுடைய தாயாதிப் பாட்டன் எனத் தெரிகிறான். எனவே, கொங்கு நாட்டின் தலைநகரமும் பழைய வஞ்சி நகரத்தின் பெயரையே பெற்று இருந்தது என்பதும், ஒரே காலத்தில் இரண்டு வஞ்சிக்கருவூர்கள் சேர இராச்சியத்தில் இருந்தன என்பதும் தெரிகின்றன.

இந்தக் கொங்கு நாட்டு வஞ்சிக்கருவூரைத்தான் டாலமி உள்நாட்டுப் பட்டினம் என்று கூறினார் எனத் தெரிகிறது. இக்கருவூர் கொங்கு நாட்டைச் சேர்ந்தது. ஆங்கிலேயர் ஆட்சியில் புதிய அமைப்பில் நாட்டை ஜில்லாக்களாகப் பிரித்தபோது, கொங்கு நாட்டைச் சேர்ந்த இவ்வூர் திருச்சிராப்பள்ளி ஜில்லாவுடன் சேர்க்கப்பட்டது[1].

---

1. கரூர் நகரைத் தலைமையிடமாகக் கொண்ட கரூர் மாவட்டம் (ஜில்லா), தனியாகத் திருச்சி மாவட்டத்திலிருந்து தற்போது பிரிக்கப்பட்டுள்ளது.

பிற்சேர்க்கை

மோரியர் மோகூருக்கு வந்தனரா?

கோசருக்கு மோகூர் பணியாதபடியினாலே அவரைப் பணியச் செய்வதற்குச் கோசர், மோரியருடைய உதவியை நாடினார்கள் என்றும் அவர்களின் வேண்டுகோட்படி மோரியர் மோகூரின் மேல் படையெடுத்துச் சென்றார்கள் என்றும் செல்லும் வழியில் மலைகள் குறுக்கிட்டபடியால், மலைமேல் தேர்ப்படை போவதற்காக வழிகளை உண்டாக்கிக்கொண்டு போனார்கள் என்றும் சங்கச் செய்யுள்கள் கூறுகின்றன.

வெல்கொடித்
துனைகா லன்ன புனைதேர்க் கோசர்
தொன்மூ தாலத் தரும்பணைப் பொதியில்
இன்னிசை முரசங் கடிப்பிகுத் திரங்கத்
தெம்முனை சிதைத்த ஞான்றை மோகூர்
பணியா மையிற் பகைதலை வந்த
மாகெழு தானை வம்ப மோரியர்
புனைதேர் நேமி யுருளிய குறைத்த
இலங்குவெள் ளருவிய அறைவா யும்பர் (அகம் 251 : 6-14)

என்றும்,

கனைகுரல் இசைக்கும் விரைசெலற் கடுங்கணை
முரண்மிகு வடுகர் முன்னுற மோரியர்
தென்றிசை மாதிர முன்னிய வரவிற்கு
விண்ணுற ஓங்கிய பனியிருங் குன்றத்து
ஒண்கதிர்த் திகிரி யுருளிய குறைத்த
அறையிறந்து அவரோ சென்றனர் (அகம் 281 : 7-12)

என்றும் மாமூலனார் இச்செய்தியைக் கூறுகின்றார்.

வென்வேல்
விண்பொரு நெடுங்குடைக் கொடித்தேர் மோரியர்
திண்கதிர்த் திகிரி திரிதரக் குறைத்த
உலக விடைகழி யறைவாய் (புறம் 175 : 5-8)

என்று கள்ளில் ஆத்திரையனால் இதனைக் கூறுகிறார்.

விண்பொரு நெடுங்குடை இயல்தேர் மோரியர்
பொன்புனை திகிரி திரிதரக் குறைத்த
அறை இறந்து அகன்றனர் ஆயினும்... (அகம் 69 : 10-12)

என்று உமட்டூர்கிழார் மகனார் பரங்கொற்றனார் கூறுகிறார்.

மோரியர் என்பவர் இந்தியச் சரித்திரத்தில் பேர் பெற்ற மௌரிய அரசராவர். மோரிய அரசர்களில் சந்திரகுப்த அரசனும் அசோகச் சக்ரவர்த்தியும் பேர் பெற்றவர்கள். மோரிய வம்சம் கி.மு.185-இல் சிறப்புக் குன்றிவிட்டது. ஆனால், அவர்கள் வழியில் வந்தவர் சில நூற்றாண்டுகள் வரையில் ஆங்காங்கே சிற்சில இடங்களில் இருந்து சிற்றரசராய் ஆட்சி செய்து கொண்டிருந்தார்கள். அந்த மோரியர்களில் ஒரு கிளை ஆந்திர தேசத்தில் ராய்ச்சூர் மாவட்டத்தில் மாங்கி என்னும் சுவர்ண கிரியில் அரசாண்டனர். இவர்கள் கோசரின் வேண்டுகோளின் படி மோகூரின்மேல் படையெடுத்துவந்தனர் போலும். இச்செய்தியைத் தான் மேலே காட்டிய சங்கச் செய்யுள்கள் கூறுகின்றன.

மோகூர் பாண்டி நாட்டில் இருந்த ஊர். அது இப்போதும் திருமோகூர் என்னும் பெயர் பெற்று இருக்கின்றது. மோகூரை யரசாண்ட மன்னர் பழையன்மாறன் என்னும் குடிப்பெயர் பெற்றுப் பாண்டியனுடைய சேனாபதியாக இருந்தார்கள். மோகூர் மன்னனாகிய ஒரு பழையன் மாறனைச் சேரன் செங்குட்டுவன் வென்ற செய்தியை முன்னமே கூறினோம்.

மோகூரின்மேல் மோரியர் படையெடுத்து வந்தபோது மலைகள் குறுக்கிட்டபடியால் அம்மலை மேல் பாதை அமைத்துக் கொண்டு அவர்கள் தேர்ப்படையைச் செலுத்திக் கொண்டு வந்தார்கள் என்று மேலே காட்டிய செய்யுள்களால் அறிகிறோம். இதுபற்றிப் பல அறிஞர்கள் ஆராய்ந்து பற்பல கருத்துகளை வெளியிட்டிருக்கிறார்கள். அவர்கள் எழுதி வெளியிட்ட கருத்துகளையெல்லாம் இங்கு நாம் ஆராய முற்படவில்லை. ஆனால், அவர்கள் எழுதிய கட்டுரைகளை மட்டும் இங்குக் குறிப்பிடுவது அமைவுடைத்து. அவையாவன:

1. S. Krishnaswamy Aiyangar, 'Mauryan Invasion of South India,' Ch, II, The Beginnings of South Indian History, 1918.

2. Somasundara Desikar, 'The Mauryan Invasion of Tamilakam', Quartely Journal of the Mythic Society, Vol. xciii, pp. 155-166.

3. K.A. Nilakantan, 'The Mauryan Invasion of the Tamil Land', quartely Journal of the Mythic Society, Vol. xvi, p. 304.

4. P.T. Srinivasa Iyengar, History of the Tamils, pp. 520-526.

5. Somasundara Desikar, 'The Mauryan Invasaion of the Tamilakam', Indian Historical Quartely. Vol iv. pp. 135-145.

6. V.R. Ramachandra Dikshitar, The Mauryan Polity, pp. 58-61.
7. K.G. Sankar, 'The Moriyas of the Sangam Works', J.R.A.S., 1924, pp. 664-667.
8. Vincent A. Smith, Early History of India, 4th Edition 1957, p. 157.
9. The Cambridge History of India, Vol. i, p. 596.
10. K.A. Nilkanta Sastri (Edited), 'Mauryan Invasion of South India', A Comprehensive History of India, Vol ii, 1957, pp. 501-503.
11. டாக்டர் கே.கே. பிள்ளை, 'தமிழகமும் மோரியர் படையெடுப்பும்', பேராசிரியர் டாக்டர் ரா.பி.சேதுப்பிள்ளை வெள்ளி விழா மலர், 1961, பக்கம். 359-363.
12. பண்டித. மு. இராகவையங்கார், சேரன் செங்குட்டுவன்.

மோரியர் மோகூரின்மேல் படையெடுத்து வந்தனர் என்று கூறப்படுகின்றனர். ஆனால், பாண்டி நாட்டு மோகூருக்கு இடையில் எந்த மலையும் வழிமறித்து நிற்கவில்லை. சேரன் செங்குட்டுவன் மோகூர் பழையன் மேல் படையெடுத்து வந்து அவனை வென்றபோது, அவன் மலையில் வழியுண்டாக்கிக் கொண்டு வந்ததாகத் தெரியவில்லை. அதே மோகூரின்மேல் மோரியர் படையெடுத்து வந்தபோது மலை குறுக்கிட்டுத் தடுத்தது என்று கூறப்படுகிறது. இதில் ஏதோ தவறு இருக்கிறதுபோலத் தோன்றுகிறது. ஏடெழுதுவோரால் மோகர் என்று எழுதப்பட வேண்டிய சொல் மோகூர் என்று எழுதப்பட்டதுதான் அந்தப் பிழை என்று தோன்றுகிறது.

மோகர் என்பவர் துளு நாட்டில் (கொங்கண நாட்டில்) கடற்கரை யோரத்தில் வாழ்ந்திருந்த நெய்தல் நில மக்கள். தமிழ்நாட்டு நெய்தல் நில மக்களாகிய பரதவரைப் போலவே, அவர்களும் அடங்காமல் போர் செய்வதில் விருப்பமுள்ளவராக இருந்தனர். அவர்களுடைய சந்ததியார் இன்றும் துளு நாட்டுக் கடற்கரையில் மோகர் என்னும் பெயருடன் இருக்கிறார்கள். அந்த மோகர், கோசருக்குப் பணியாமையால், அவரை அடக்கக் கோசர், மோரியருடைய உதவியை நாடினார்கள். கோசருக்கு உதவிசெய்ய வந்த மோரியரின் தேர்ப் படைகள் செல்லாதபடி சையகிரி என்னும் மேற்குத் தொடர்ச்சி மலைகள் குறுக்கே இருந்தபடியால், அம்மலையைக் கடந்தாலல்லது வேறு வழி இல்லாதபடியால், அவர்கள் மலைமேல் பாதை அமைத்துக் கொண்டு அப்பாதை வழியாகத் துளு நாட்டுக்குள் சென்று, பிறகு கடற்கரையோரத்தி லிருந்த மோகருடன் போர் செய்து அடக்கினார்கள் என்பது தெரிகின்றது. இந்தச் செய்தியைக் கூறுகிற செய்யுளில் பிற்காலத்தில் ஏடெழுதினார் மோகர் என்பதை மோகூர் என்று கைப்பிழையாக எழுதினார்கள் போலும். ஏடெழுதுவோர் செய்த

சிறுபிழை இக்காலத்து அறிஞர்களின் ஆராய்ச்சிக்கு அதிக வேலை கொடுத்து விட்டது. அந்தச் செய்யுளின் சரியான வாசகம் இவ்வாறு இருக்க வேண்டும் என்று தோன்றுகிறது:

தெம்முனை சிதைத்த ஞான்றை மோகர்
பணியா மையிற் பகைதலை வந்த
மாகெழு தானை வம்ப மோரியர்
புனைதேர் நேமி யுருளிய குறைத்த
இலங்குவெள் ளருவிய அறைவாய் உம்பர்

எனவே, மோகூர் என்பது தவறான பாடம் என்பதும் மோகர் என்பதே சரியான பாடம் என்பதும் தெரிகின்றது.

இதுகாறும் கூறியவற்றால், மோரியர் மோகூரின்மேல் படையெடுத்து வரவில்லை என்பதும், அவர்கள் துளு நாட்டின் மேல் படையெடுத்துச் சென்றனர் என்பதும், அவ்வாறு செல்லும் வழியில் குறுக்கே இருக்கிற சையகிரிமலைகள் ஆகிய மேற்குத் தொடர்ச்சி மலைகளைக் கடக்க வேண்டியிருந்தது என்பதும், ஆகவே அவர்கள் அந்த மலைமேலே வழியுண்டாக்கிக் கொண்டு போனார்கள் என்பதும் விளக்கப்பட்டன.

○○○

மயிலை சீனி. வேங்கடசாமி எழுதிய நூல்கள்

1936 : கிறித்தவமும் தமிழும்
1940 : பௌத்தமும் தமிழும்
1943 : காந்தருவதத்தையின் இசைத் திருமணம் (சிறு வெளியீடு)
1944 : இறையனார் அகப்பொருள் ஆராய்ச்சி (சிறு வெளியீடு)
1948 : இறைவன் ஆடிய எழுவகைத் தாண்டவம்
1950 : மத்த விலாசம் - மொழிபெயர்ப்பு
: மகாபலிபுரத்து ஜைன சிற்பம்
1952 : பௌத்தக் கதைகள்
1954 : சமணமும் தமிழும்
1955 : மகேந்திர வர்மன்
: மயிலை நேமிநாதர் பதிகம்
1956 : கௌதம புத்தர்
: தமிழர் வளர்த்த அழகுக் கலைகள்
1957 : வாதாபி கொண்ட நரசிம்மவர்மன்
1958 : அஞ்சிறைத் தும்பி
: மூன்றாம் நந்தி வர்மன்
1959 : மறைந்துபோன தமிழ் நூல்கள்
: சாசனச் செய்யுள் மஞ்சரி
1960 : புத்தர் ஜாதகக் கதைகள்
1961 : மனோன்மணீயம்
1962 : பத்தொன்பதாம் நூற்றாண்டில் தமிழ் இலக்கியம்
1965 : உணவு நூல்
1966 : துளு நாட்டு வரலாறு
: சமயங்கள் வளர்த்த தமிழ்
1967 : நுண்கலைகள்
1970 : சங்ககாலத் தமிழக வரலாற்றில் சில செய்திகள்
1974 : பழங்காலத் தமிழர் வாணிகம்
: கொங்குநாட்டு வரலாறு
1976 : களப்பிரர் ஆட்சியில் தமிழகம்
1977 : இசைவாணர் கதைகள்
1981 : சங்க காலத்துப் பிராமிக் கல்வெட்டெழுத்துகள்
1983 : தமிழ்நாட்டு வரலாறு: சங்ககாலம் - அரசியல் இயல்கள் 4, 5, 6, 10 - தமிழ்நாட்டரசு வெளியீடு
: பாண்டிய வரலாற்றில் ஒரு புதிய செய்தி (சிறு வெளியீடு - ஆண்டு இல்லை)

○○○

வாழ்க்கைக் குறிப்புகள்

1900 : சென்னை மயிலாப்பூரில் சீனிவாச நாயகர் - தாயரம்மாள் இணையருக்கு 6.12.1900 அன்று பிறந்தார்.

1920 : சென்னைக் கலைக் கல்லூரியில் ஓவியம் பயிலுவதற்காகச் சேர்ந்து தொடரவில்லை. திருமணமின்றி வாழ்ந்தார்.

1922 : 1921-இல் தந்தையும், தமையன் கோவிந்தராஜனும் மறைவுற்றனர். இச் சூழலில் குடும்பத்தைக் காப்பாற்ற பணிக்குச் செல்லத் தொடங்கினார். 1922-23இல் நீதிக்கட்சி நடத்திய திராவிடன் நாளிதழில் ஆசிரியர் குழுவில் இடம்பெற்றார்.

1923-27 : சென்னையிலிருந்து வெளிவந்த லக்ஷ்மி என்ற இதழில் பல்வேறு செய்திகளைத் தொகுத்து கட்டுரைகள் எழுதிவந்தார்.

1930 : மயிலாப்பூர் நகராட்சிப் பள்ளியில் தொடக்கநிலை ஆசிரியராகப் பணியேற்றார்.

1931-32 : குடியரசு இதழ்ப் பணிக் காலத்தில் பெரியார் ஈ.வெ.ரா. வுடன் தொடர்பு. சுயமரியாதை தொடர்பான கட்டுரைகள் வரைந்தார்.

1931-இல் கல்வி மீதான அக்கறை குறித்து ஆரம்பக் கல்வி குறித்தும், பொதுச் செய்திகள் பற்றியும் 'ஆரம்பாசிரியன்' என்னும் இதழில் தொடர்ந்து எழுதியுள்ளார்.

1934-38-இல் வெளிவந்த ஊழியன் இதழிலும் கட்டுரைகள் எழுதியுள்ளார்.

1936 : அறிஞர் ச.த. சற்குணர், விபுலானந்த அடிகள், தெ.பொ. மீனாட்சி சுந்தரனார் ஆகிய அறிஞர்களுடன் தொடர்பு கொண்டிருந்தார்.

1955 : 16.12.1955-இல் அரசுப் பணியிலிருந்து பணி ஓய்வு பெற்றார்.

1961 : 17.3.1961-இல் மணிவிழா - மற்றும் மலர் வெளியீடு.

1975-1979: தமிழ்நாட்டு வரலாற்றுக்குழு உறுப்பினர்.

1980 : 8. 5. 1980-இல் மறைவுற்றார்.

2001 : நூற்றாண்டுவிழா - ஆக்கங்கள் அரசுடைமை

பரிசல், மலர் புக்ஸ் வெளியீடுகள்

1. தமிழகம் தந்த மகாகவி - சீனி.விசுவநாதன்
2. ஆபிரகாம் பண்டிதர் வாழ்க்கை வரலாறு - து.ஆ.தனபாண்டியன்
3. காமராஜர் வாழ்க்கை வரலாறு - டி.எஸ்.சொக்கலிங்கம்
4. வ.உ.சி. வாழ்க்கை வரலாறும், இலக்கியப் பணிகளும் - முனைவர் அ.சங்கரவள்ளி நாயகம்
5. திருக்குறள் பன்முக வாசிப்பு - வெ.பிரகாஷ்
6. தொல்காப்பியம் பன்முக வாசிப்பு - பா.இளமாறன்
7. காந்தி ராமசாமியும் பெரியார் ராமசாமியும் - ப.திருமாவேலன்
8. பாசிசம் - எம்.என்.ராய்
9. தமிழ்ப் பெரியார் - வ.உ.சி. தொகுப்பு - ஆ.அறிவழகன்
10. நடைவழிக் குறிப்புகள் - சி.மோகன்
11. வளமான சொற்களைத் தேடி - பா.ரா.சுப்பிரமணியன்
12. சந்நியாசமும் தீண்டாமையும் - ராமாநுஜம்
13. சீனாவின் வரலாறு - வெ.சாமிநாத சர்மா
14. பண்பாட்டின் பலகணி - ஸ்டாலின் ராஜாங்கம்
15. மார்க்சிய தத்துவம் - நா.வானமாமலை
16. பாணர் கைவழி எனப்படும் யாழ் நூல் - டாக்டர் ஆ.அ.வரகுணபாண்டியன்
17. பாரதித் தமிழ் - ம.ப.பெரியசாமித் தூரன்
18. பழந்தமிழர் கணக்கு நீட்டலளவை - முனைவர் கொடுமுடி சண்முகன்
19. சமணத் தமிழ் இலக்கிய வரலாறு - தெ.பொ.மீ.
20. இலக்கிய வரலாற்றுச் சிந்தனைகள் - தொடக்ககால முயற்சிகள் - த.குணாநிதி
21. தமிழிசை இயக்கம் - புலவர் இரா.இளங்குமரன்
22. பருக்கை - வீரபாண்டியன்
23. கோதைத் தீவு - வ.ரா.
24. பசி - க.நா.சுப்ரமண்யம்
25. மல்லி - சரஸ்வதி
26. முதல் இரவு - தொ.மு.சி.ரகுநாதன்
27. வாடாமல்லி - சு.சமுத்திரம்
28. காஞ்சனை - புதுமைப்பித்தன்

29. கதாசாகரம் - சா.தேவதாஸ்
30. பாப்லோ நெரூதா கவிகைள் - தமிழில்: சுகுமாரன்
31. புதுக்குரல்கள் - சி.சு.செல்லப்பா
32. மிதக்கும் உலகம் - பா.இரவிக்குமார், ப.கல்பனா
33. வெட்டப்பட்ட எனது கட்டை விரல் - பாரதி கவிதாஞ்சன்
34. அருளப்பட்ட மீன் - கருணாகரன்
35. தமிழின் நிறமும் ஆரிய வர்ணமும் - வே.மு.பொதியவெற்பன்
36. கிணத்து மேட்டுப் பனமரம் - அ.பிரகாஷ்
37. மறிக்குட்டி - சரவணன் சந்திரன்
38. யாப்பும் இசையும் - வே.கண்ணதாசன்
39. சங்ககாலத் திணைக்குடிகள் இலக்கிய மானிடவியல் நோக்கு
    - முனைவர் கோ.சதீஸ்
40. மதுரை வீரன் வழிபாட்டு மரபும் வழக்காறுகளும்
    - த.கண்ணா கருப்பையா
41. அச்சுப் பதிப்பும் - மா.சு.சம்பந்தன்
42. கருப்பு அன்னம் - தாமஸ் மன் - தமிழில் சா.தேவதாஸ்
43. சுவாமி விபுலாநந்தர் பேச்சும் எழுத்தும் - முனைவர் ஜெ.அரங்கராஜ்
44. நாட்டார் தெய்வ வழிபாடு:ஒரு பண்பாட்டுப் பொருளாதாரச் செலவு
    - முனைவர் மு.ஏழுமலை
45. தென்னிந்தியப் பொருளாதாரம் - ப.சண்முகம்

○○○